MAAVILAI

கட்வால் நிலநடுக்கம்

GADVAAL NILANADUKKAM

Author: Laurie Baker
Translation: Bharath Raju & Arivukkarasi Manivannan
Proofreading: S. Manivannan
Book design: Charuhassan. P
Cover design & curation: Kaushik Shrinivas

Published by **MAAVILAI™**

9/24, Vegavathi Street, Rajaji Nagar, Villivakkam, Chennai - 600049
+91-9150858008 I anjal@maavilai.com I www.maavilai.com

Translation and cover design © 2022 MAAVILAI
Original English version published by COSTFORD, Thrissur, Kerala.

First edition • Published on March 2022

ISBN: 978-81-955431-8-2
Price: INR 185.00/-

Printed by **Balaji Offset Printers**, Chennai - 600106 I +91-9444242899

அன்புக்குரிய மாவிலைக் குழுவிற்கு,

லாரி பேக்கரும் அவரின் கட்டடக்கலையும் கடைக்கோடி குடிமக்களை சென்று அடைந்து, இந்தியாவில் கட்டடக்கலை எனும் துறைக்கு வேறொரு முகம் கொடுத்தன. வளங்குன்றா கட்டடங்களின் (sustainable building) தேவை, வடிவமைப்பு மற்றும் கட்டுமானம் பற்றி லாரி பேக்கர் தன் கைப்பட எழுதிய, அழகான வரிவடங்கள் கொண்ட நூல்களின் தொகுப்பானது, நம் சமூகத்திற்கு அவர் செய்த பல ஈடு இணையற்ற பங்களிப்புகளில் ஒன்றாகும். மனித குலத்தால் விளைவாகும் காலநிலை மாற்றமும், மோசமான வானிலை நிகழ்வுகளும் உலா வரும் இன்றைய சூழலில், இந்நூல்களில் சொல்லப்பட்டுள்ள சூழல்நலக் கட்டுமான உத்திகளே காலத்தின் தேவையாக உள்ளன.

தமிழகத்திற்கு இத்தகைய மாபெரும் அறிவு களஞ்சிய நூல் தொகுப்பினை, தமிழில் கொண்டு சேர்க்கும் முயற்சியில் ஈடுபட்டுள்ள மாவிலைக் குழுவினருக்கு எங்களது மனமார்ந்த பாராட்டுகள். லாரி பேக்கர் கொள்கைகளின் பின்பற்றாளர்கள் ஆன நாங்கள், தமிழாக்கம் செய்த இந்த நூல்கள் மூலம், அவரின் கட்டுமான அறிவும், அணுகுமுறைகளும் பலருக்கும் எளிதாக சென்றடையும் என நம்புகிறோம். அத்துடன் மக்கள்—அன்பும், ஒற்றுமையும் கலந்த ஒரு புதிய கண்ணோட்டத்துடன் கட்டடங்களைப் பார்க்கத் துவங்குவதற்கும் இந்நூல்கள் விதையாக இருக்கும் என நாங்கள் நம்புகிறோம். மாவிலைக் குழுவிற்கு எங்களது இதயம் கனிந்த நன்றிகளையும் பாராட்டுகளையும் தெரிவித்துக் கொள்கிறோம். வளங்குன்றாமையை நடைமுறை ஆக்கும் உங்களின் எண்ணற்ற புதிய முயற்சிகளை ஆதரிக்க ஆவலாய் காத்து இருக்கிறோம்.

இங்ஙனம் வாழ்த்தும்,

P.B. சாஜன் மற்றும் R.D. பத்மகுமார்
COSTFORD and Laurie Baker Centre for Habitat Studies

நவம்பர், 2021
திருவனந்தபுரம்

இந்தப் புத்தகமானது, லாரி பேக்கரின் இரண்டு வெவ்வேறு அறிக்கைகளை இணைத்து உருவாக்கப்பட்டுள்ளது.

உத்தாராகாண்ட் மாநிலத்தை இரண்டு பெரிய நிலப்பகுதிகளாக பிரிக்க முடியும். வடமேற்கில் உள்ள பகுதி கட்வால் என்றும், தென்கிழக்கில் உள்ள பகுதி குமாவுன் என்றும் மக்களால் அழைக்கப்படுகிறது. இந்தப் புத்தகத்தின் முதல் பாகம் கட்வால் நிலப்பகுதியில் ஏற்பட்ட நிலநடுக்கம் பற்றிய ஓர் அறிக்கையை கொண்டுள்ளது. இரண்டாம் பாகமோ, குறிப்பாக கட்வால் நிலப்பகுதியில் உள்ள சமோலி என்ற மாவட்டத்தில் ஏற்பட்ட நிலநடுக்கம் பற்றிய ஓர் அறிக்கையை கொண்டுள்ளது.

மாவிலை

முதல் பாகம்:
கட்வால் பற்றிய அறிக்கை

உத்தராகண்ட் மாநிலத்தின் நிலப்படம்

முன்னுரை

இந்திய அரசின் அறிவியல் மற்றும் தொழில்நுட்பத் துறையின், அறிவியல் மற்றும் சமூகப் பிரிவானது (Science & Society Division of the Department of Science & Technology, Government of India), ஊரகங்கள் மற்றும் கடுமையான பகுதிகளுக்கென மாற்று வீட்டு வசதி முறைகளை கண்டறியும் நோக்கத்தில், முழு மூச்சாக செயல்பட்டு வருகின்றது. இது போன்ற பகுதிகளில் COSTFORD அமைப்பு மேற்கொண்டு வரும் பணிகளை, இந்தப் பிரிவின் முதன்மை அறிவியல் அலுவலரான (Principal Scientific Officer) திரு. C.J. ஜானி எப்பொழுதும் போற்றி வந்துள்ளார். கட்வாலின் நிலநடுக்கத்தைப் பற்றிய பல்வேறு அறிக்கைகளும் ஒன்றுக்கு ஒன்று மாறுபட்டு இருந்தன. சிலர் உள்ளூர் கட்டுமான முறையில் கோளாறு இருப்பதாகக் கூற, மற்ற சிலர் வீடுகளை அவ்வாறே கட்டினால் பாதுகாப்பாக இருக்கும் என்றனர். எனவே, சாலை மூலம் அணுகக் கூடிய பகுதிகளை மட்டுமல்லாமல், தொலைவில் இருந்த அதிக அழிவுற்ற கிராமங்களையும் நாங்கள் சென்று பார்வையிடும்படி கேட்டுக் கொள்ளப்பட்டோம். HESCO நிறுவனத்தில் இருந்து முனைவர் அனில் ஜோஷியும் (கட்வாலில்

வசிப்பவர்), அறிவியல் மற்றும் தொழில்நுட்பத் துறையில் இருந்து திரு. A.K. ஷர்மா என்பவரும், அணுகமுடியாமல் இருந்த பல்வேறு பகுதிகளை ஆய்ந்து, நிலநடுக்கத்தால் பாதிக்கப்பட்ட மக்களைக் காண எங்களுக்கு உதவியாக இருந்தனர்.

கட்வாலின் மலைவாழ் மக்களின் இயல்பு வாழ்க்கையை திரும்பப் பெற்றுத் தரும் எண்ணத்தோடு இந்த அறிக்கையானது உருவாக்கப்பட்டுள்ளது.

தொடர்ந்து உற்சாகப்படுத்தியும், களப்பணிக்குப் பெருமளவில் உதவியும் வந்த அறிவுரையாளர் ஆன முனைவர் ஜோசப். P. ஜான் என்பவருக்கும், முதன்மை அறிவியல் அலுவலரான திரு. C.J. ஜானி என்பவருக்கும், எங்களின் மனமார்ந்த நன்றிகளைத் தெரிவித்துக் கொள்கிறோம். இவர்களின் உதவி இல்லையெனில் இந்த அறிக்கை என்பது சாத்தியமற்ற ஒன்றாக போய் இருக்கும்.

லாரி பேக்கர்
இயக்குநர்,
COSTFORD

இந்த அறிக்கையானது, நிலநடுக்கம் தாக்கிய கட்வாலின் வெவ்வேறு கிராமங்களின், தற்போதைய சூழல்களை ஆராய்ந்த பலரின் கருத்துகளைக் கொண்ட கலவை ஆகும். பல நபர்கள் கொண்ட இந்தக் குழுவில் ஒருவர், இந்தப் பகுதிக்கு நன்கு பரிச்சயப் பட்டவராக இருந்தார். மேலும், இவர் இங்கு வாழும் மக்களுக்காக வீடுகள், மருத்துவமனைகள் மற்றும் பள்ளிக்கூடங்கள் கட்டும் பணியில் ஏற்கனவே ஈடுபட்டு இருந்தார்.

1940-களில் இருந்து சாலைகளுக்கு அருகாமையில் வாழ்ந்து வரும் கிராம மக்களின் வாழ்க்கை முறை தற்பொழுது பெரிதாக மாறி இருக்கிறது. எனினும், கட்டுமானப் பொருட்களும் முறைகளும் பெரிதாக மாறவில்லை. பெரிய சாலைகளின் நெடுகிலும் உள்ள கட்டடங்களில் மட்டுமே கற்காரை (concrete) கூரை அமைக்கும் ஒரு பொருளாக அறிமுகப்படுத்தப் பட்டுள்ளது.

இது தான் கட்வால் எனப்படும் நிலநடுக்க நாடு. ஆழமான பள்ளத்தாக்குகளின் அடியிலே விரைந்தோடும் ஆறுகள். செங்குத்தான பாறைகளுடன் வறண்டு போன மலையோரத்தின் பக்கங்கள். சில பக்கங்கள் விவசாயத்திற்காக படிமுறையில் அமைக்கப்பட்டிருக்கும். மற்ற சில பக்கங்கள் சிர் பைன் (chir pine) மரங்களால் நிறைந்து இருக்கும்.

பெரிய ஆறுகளை சுற்றியுள்ள சமமான நிலப்பரப்பிலேயே பெரிய கிராமங்கள் அமைந்துள்ளன. எனினும், வெள்ளம் வரும் காலங்களில் பாதிப்பை தவிர்க்க அவை யாவும் நீர் மட்டத்திலிருந்து இருபது மீட்டர் அல்லது அதற்கு அதிகமான உயரத்திலேயே இருக்கின்றன.

முக்கியமான ஆற்றுப் பள்ளத்தாக்குகளை ஒட்டி நன்குப் பராமரிக்கப்பட்ட சாலைகள் உள்ளன. ஒற்றையடிப்பாதைகள் பெரும்பாலும் முக்கிய சாலைகளோடு இணைப்பில் இருப்பதில்லை. நடந்து செல்லுபவர்களுக்கும், விலங்குகள் இட்டுச் செல்லும் வண்டிகளுக்கும் இவை ஆரம்ப காலத்தில் அமைக்கப்பட்டன. இவை வழக்கமாக ஒரு பள்ளத்தாக்கினை மற்றொரு பள்ளத்தாக்குடன் இணைக்கின்றன. இவை கருங்கற்களைக் கொண்டு சரிவுகளில் படிகளாய் அமைக்கப்பட்டு உள்ளன.

இந்த வரைபடமானது பள்ளத்தாக்கின் மேலே மிக உயர்வில் உள்ள பகுதியினுடையது ஆகும். முக்கியப் பாதைகளில் இருக்கும் சாலையானது கிட்டத்தட்ட 6000 அல்லது 7000 அடி உயரம் வரை சுற்றிச் சுற்றி மேலே செல்லும். அங்கே ஒரு கணவாயின் (mountain pass) வழியாகச் சென்று, அப்படியே அடுத்த பள்ளத்தாக்கின் உள்ளே சென்றுவிடும்.

சாலைகள் கணவாயைக் கடக்கும் அதே இடத்திலேயே, சிறிதாகவும் சரிவாகவும் இருக்கும் ஒற்றையடிப்பாதைகளும் கணவாயைக் கடக்கின்றன. பழைய டாக் மாளிகைகளும் (Dak Bungalow) இந்த கணவாய்களில் இருந்தன.

சில சமயங்களில் சாலையோரத்தில் ஒரு கிராமம் இருக்கலாம். ஆனால், அங்கே வழக்கமாக பயணிகளுக்கான தேநீர் கடைகளே அதிகளவில் இருக்கின்றன. சரக்குந்துகளில் (lorry) வரும் நெல் மற்றும் விற்பனைப் பொருட்களைக் குவித்து வைப்பதற்காகவும் இந்த கிராமங்கள் பயன்படுத்தப்படுகின்றன. பின்னர் குவித்து வைத்த இந்தப் பொருட்கள், ஆங்காங்கே சுற்றி இருக்கும் கிராமங்களுக்கு தலைச் சுமையாய் கொண்டு செல்லப்படுகின்றன.

நிவாரண தேவைப் பொருட்கள் வாகனங்களில் இருந்து இறக்கப்பட்டு இந்த மாதிரியான கிராமங்களில் இருந்து விநியோகம் செய்யப்படுகின்றன.

தண்ணீர் வசதி நிரந்தரமாக இருக்கும் இடங்களிலேயே—பெரும்பாலும் மலைப் பக்க ஊற்றுகளின் அருகாமையில்—மக்கள் தங்கள் வீடுகளைக் கட்டுகின்றனர். ஏறத்தாழ 99 சதவீத பயணமும் நடைபயணமாகவே இருக்கின்றது. பெரும்பாலானோர் தலையிலோ முதுகிலோ சுமந்தே பொருட்களை எடுத்துச் செல்கின்றனர். எனவே, தண்ணீர் என்பது சாலைகளைக் காட்டிலும் மிகவும் முக்கியமானதாகும். அதுவே மனையிடம் தேர்ந்தெடுப்பதற்கான முக்கிய காரணமாக இருக்கின்றது.

அதிகம் சரிவாக இல்லாத இடங்களில் வீடுகள் அருகருகில் கட்டப்பட்டுள்ளன. ஆனால் அங்கு தண்ணீர் கிடைக்க வேண்டும். தேவைப்பட்டால் கடுமையான மலைக் குவடுகளில் கூட கட்டடங்களை பறவைக் கூடுகள் போல அமைக்கலாம்.

சிறிய சரிவான நடைபாதைகள், ஒவ்வொரு கிராமம் மற்றும் குக்கிராமத்தை மற்ற குடியேற்றங்களோடு இணைக்கின்றன.

கட்வால் பகுதி முழுவதிலும், நிலநடுக்கத்தின் தாக்கம் மிகவும் வேறுபட்டே இருக்கிறது. முழுமையாக அழிவுற்ற சில நன்கு அறியப்பட்ட கிராமங்களை நீங்கள் கண்டிருப்பீர்கள். உத்தரகாசி போன்ற பெரிய நகரங்களுக்கு அருகாமையில் இவை உள்ளன. இவற்றிற்கு நிகராக சேதமடைந்த இன்னும் சில கிராமங்கள் எட்டாத மலைப்பகுதிகளில் உள்ளன. அவற்றை நடந்துச் சென்றே அணுக முடியும். அதிலும் நாங்கள் சென்ற நேரங்களில் அங்கே பனி பெய்துக் கொண்டிருந்தது.

பெருமளவு கிராமங்களில் 50 முதல் 70 சதவீத வீடுகள் சிறிதளவு கூட சேதம் அடையாமல் இருந்தன. எனினும், அதில் மூன்றில் ஒரு பங்கு வீடுகளின் சில சுவர்களில் விரிசல்கள் ஏற்பட்டு இருந்தன. சில விரிசல்கள் ஆபத்தாகத் தெரிகின்றன. மற்றவை சிறிதளவு பாதிப்பையே ஏற்படுத்துவதாக தெரிகின்றன.

மூன்றில் ஒரு பங்கு வீடுகளில் மேற்கூரைகள் இடிந்து விழுந்து இருக்கின்றன. அவற்றின் முன்புற சுவர்கள் முழுமையாகவே இடிந்துப் போய் விட்டன.

பல நேரங்களில் மோசமாக பாதிக்கப்பட்டிருக்கும் இந்த கிராமங்களுக்கு அருகாமையிலேயே, சேதமே அடையாத கிராமங்களும் இருந்தன.

ஆற்றுப் பள்ளத்தாக்கு அடிவாரத்தில் இருக்கும் கிராமங்களும், மலைப் புறங்களின் மேலே உள்ள பகுதிகளும், மலைக் குவடுகளில் இருக்கும் குக்கிராமங்களும் பெருமளவில் சேதம் அடைந்துள்ளன. ஆனால் இந்த வெவ்வேறு இடங்களிலும் எவ்வித சேதமும் அடையாத கிராமங்களும் உள்ளன.

மண் சுவர்கள் மற்றும் ஓட்டுக் கூரைகளை உடைய பாரம்பரிய வீடுகள், நவீன கற்காரை கட்டமைப்புகளுக்கு நிகராக சேதம் அடைந்து இருந்தன.

நிலநடுக்கம் ஏற்பட்டு கிட்டத்தட்ட மூன்று மாதங்களுக்குப் பிறகு, இந்த அறிக்கையானது தயார் செய்யப்படுகிறது. அவசர நிவாரணப் பணிகள் யாவும் நிறைவு பெற்றுவிட்ட நிலையில், இயல்பு நிலைக்கு மாறும் அவசியம் இப்பொழுது உள்ளது. அதிலும் குறிப்பாக சேதமடைந்த கட்டடங்களைப் பழுதுப் பார்க்கும் வேலையும், அழிவுற்ற கட்டடங்களை மறுகட்டமைக்கும் வேலையும் இனி உள்ளன.

சேதமடைந்த கட்டடங்களில் 95 சதவீத கட்டடங்கள், 1991-ஆம் ஆண்டு அக்டோபர் 20-ஆம் நாள் காலை (நிலநடுக்கம் ஏற்பட்ட நேரம்) எவ்வாறு இருந்தனவோ, அவ்வாறே நாங்கள் கண்ட போதும் இருந்தன.

இந்நிலைக்கு பல வகையான சாக்குபோக்குகள் சொல்லப்பட்டன. மேலும் இந்நிலையைக் கையாளும் வகையில் இந்த அறிக்கையின் இறுதிப் பகுதியில் பரிந்துரைகள் அளிக்கப்பட்டுள்ளன.

இது கடல் மட்டத்திலிருந்து 5000 அடி உயரத்தில உள்ள ஒரு கிராமத்தில் இருந்த, முற்றிலும் சேதமுற்ற ஒரு வீட்டின் வரைபடம் ஆகும். நிலநடுக்கம் ஏற்பட்டு மூன்று மாதங்களுக்கு பின் இது வரையப்பட்டது. சில வீடுகள் பாதி சேதம் அடைந்தும், மற்ற சில வீடுகள் சிறிதும் சேதம் அடையாமலும் இருந்தன. இடர்பாடுகளை அகற்றவோ, அல்லது மரக்கம்புகள், கதவுகள், சாளர சட்டகங்கள், பலகைகள் மற்றும் கற்கள் போன்ற பயன்படுத்தக்கூடிய பொருட்களை மீட்டெடுக்கவோ, எந்த ஒரு முயற்சியும் மேற்கொள்ளப் படவில்லை. வீட்டின் மேற்சுவர்கள் விழுந்தப் பின்னர் மேற்கூரையும் அதனை பின்தொடர்ந்து விழுந்து இருக்கிறது.

இந்த வீடு முற்றிலும் சேதமுறவில்லை. இடர்ப்பாடுகளை அகற்றி, மீட்புப் பணிகளை மேற்கொண்டு இருந்தால், அது எவ்வாறு இருந்து இருக்கும் என்பதை கீழே உள்ள வரைபடம் காண்பிக்கிறது. நாங்கள் அடித்தளத்திற்கு நகர்ந்து சென்று சுவர்கள் சேதமுறாமல் இருப்பதைக் கண்டறிந்தோம்.

எல்லா இடர்பாடுகளையும் அகற்றினால், குறைந்த நிவாரணமே கிடைக்கும் என்று அங்கு வசிப்பவர்களும் மற்ற கிராமவாசிகளும் கூறினர். எதுவும் செய்யாமல் இருக்க மக்கள் கொடுத்த இந்த விளக்கத்தை, இந்த ஆய்வின் முழுவதும் நாங்கள் கேட்க நேர்ந்தது.

இது நிலநடுக்கத்தால் பாதிக்கப்படாமல் இருந்த கட்வாலில் இருக்கும் ஒரு கிராமத்தின் வரைபடம் ஆகும். நீளமாக இருக்கும் ஒவ்வொரு கட்டடமும் ஒரு குடும்பத்தைச் சார்ந்தது. ஒரு குடும்பத்தைச் சார்ந்த ஒவ்வொரு சகோதரரும் ஒரு தொகுப்பில் குடியிருப்பர். இந்த கிராமத்தைப் போலவே பெருமளவு கிராமங்கள் நிலநடுக்கத்தால் பாதிப்பு அடையாமல் இருந்தன.

நடுவில் உள்ள வரைபடம் கற்பனையே. ஓரளவிற்கு சேதத்தை இது காட்டுகிறது. வரிசை வீடுகளில் ஒரு வரிசையின் இறுதி பகுதி இடிந்து விழுந்துள்ளது. மற்றொன்றில் சுவரின் ஒரு பகுதியும், அதன் மேல் உள்ள மேற்கூரையும் இடிந்து வீட்டின் உள்ளே விழுந்துள்ளன. விரிசல்கள் கொண்ட பல சுவர்களும் காண்பிக்கப் பட்டுள்ளன. இதைப் போன்ற பல கிராமங்கள் இருந்தன. தனிப்பட்ட நபருக்கு இந்நிலை ஆனது பேரிழப்பு எனினும், ஒட்டுமொத்த கிராமத்துக்கு இது ஒரு பேரிடர் இல்லை என்றே சொல்லலாம்.

கீழே உள்ள வரைபடமும் மேல் உள்ளது போலவே கற்பனையே. அதாவது மேல் உள்ள கிராமம் முற்றிலும் சேதமடைந்து இருந்தால் எவ்வாறு இருக்கும் என்பதை காட்டுகிறது. நாங்கள் இதைப்போன்ற ஒரு சில கிராமங்களைப் பார்த்தோம். ஆனால் அவை எண்ணிக்கையில் குறைவாகவே இருந்தன. முற்றிலும் சேதமடைந்துவிட்டது என்று கூறுவது மிகைப்படுத்தலே ஆனாலும், இதுப் போன்ற கிராமங்களுக்கு இது ஒரு பேரிடர் என்பதில் எவ்வித மாற்றுக் கருத்தும் இல்லை.

கடல் மட்டத்திலிருந்து 6000 அடிக்கு மேல் உள்ள ஒரு மலைப்புற வீட்டினை, மேல் உள்ள படம் காண்பிக்கிறது. குறுகிய அளவிலான படிகளை கொண்ட, படிமுறை அமைப்பில் இருக்கும் ஒரு மனையிடத்தில் இவ்வீடு கட்டப்பட்டுள்ளது. நிலத்தை வெட்டி உருவாக்கப்பட்ட கீழ் தளம் கால்நடை தொழுவத்தைக் கொண்டுள்ளது. முன்புறத்தில் நான்கு அடி உயர கதவு ஒன்று உள்ளது. வேறெந்த திறப்புகளோ சாளரங்களோ இல்லை. பின்புற சுவர் நிலம் வெட்டப்பட்டு உருவாக்கப் பட்டுள்ளது. மற்ற சுவர்களோ உள்ளூர் கருங்கற்கள் மற்றும் மண் சாந்தினால் ஆனவை. பிளவுப்பட்ட பைன் கம்பங்கள் மீது ஓடு கூரை அமைக்கப்பட்டு உள்ளது. இந்த கூரையை முழு பைன் மரத்தண்டுகள் தாங்கி நிற்கின்றன. முதல் தளத்தில் இரண்டு அல்லது மூன்று அறைகளில் குடும்பத்தினர் வாழ்வர்.

கீழுள்ள படம் நிலநடுக்கத்தின் பின்னர் மேல் காண்பிக்கப்பட்டுள்ள அதே வீட்டின் மற்றொரு முனையை காண்பிக்கிறது. இரு முனைகளுமே சுமார் அறுபது ஆண்டுகளுக்கு முன்னர், ஒரே கொத்தனார் மற்றும் ஆசாரியை வைத்து, ஒரே வகையான கற்கள், மண் மற்றும் மரம் கொண்டு கட்டப்பட்டவையே. நிலநடுக்கமோ ஒரு முனையை அழித்துவிட்டு மற்றொரு முனையை அப்படியே நிலையாக விட்டு வைத்துள்ளது.

சில சாலையோர குக்கிராமங்கள், வலுவூட்டிய கற்காரை (RCC - Reinforced Cement Concrete) மேற்கூரைகளைப் பயன்படுத்துகின்றன. இதற்கு தேவையான எஃகு, மணல் மற்றும் சிமிட்டி போன்ற பொருட்கள் மலை அடிவாரங்களில் இருந்து சரக்குந்தின் (lorry) மூலம் கொண்டுவரப் படுகின்றன.

மரம், மண் மற்றும் ஓடு கூரையால் ஆன வீட்டினைப் போலவே, ஒரு கற்காரை வீடும் நிலநடுக்கத்தின் அழிவுக்கும், பாதிப்புக்கும் உட்படும். இதனை கீழுள்ள படம் மிகத் தெளிவாக காண்பிக்கிறது.

பாரம்பரிய மேற்கூரையின் எல்லா பாகங்களையுமே எளிதாக மீட்டெடுத்துப் பயன்படுத்தலாம். ஆனால் உடைந்த கற்காரை பலகங்களிலோ (RCC slab) கடுமையான முயற்சிக்குப் பின்னரும், வெறும் எஃகினை மட்டுமே மீள் பயன்படுத்த முடியும். நாங்கள் ஆய்வு செய்த இடங்களில் சேதமடைந்து இருந்த கற்காரை மேற்கூரைப் பலகங்கள், இந்த வரைபடத்தில் உள்ளதை காட்டிலும் வெகு மோசமான நிலையில் இருந்தன.

நான்கே வீடுகள் கொண்ட ஒரு சிறிய சராசரியான குக்கிராமத்தின் வரைபடம் இது. வலதுப்புறத்தில் உள்ள வீடு கற்காரை கூரையைக் கொண்டு சேதம் அடையாமல் இருந்தது.

நடுவில் உள்ள நீளமான வீட்டின் ஒரு பாதி சேதம் அடையாமல் இருந்தது. முன்புற சுவரும், மேற்கூரையும், வீட்டின் மற்றொரு பாதியின் உள்ளே விழுந்து இருந்தன. சற்றே ஒழுகிக் கொண்டிருந்த மேற்கூரையின் மேலே, நிவாரணத்தில் கொடுக்கப்பட்ட நெகிழி (plastic) விரிப்பு ஒன்று விரிக்கப்பட்டிருந்தது.

வலப்பக்கம் இருந்த ஓலை வேய்வுக் கூரை (thatch roof) கொண்ட வீடானது நிலையாய் இருந்தது. இருப்பினும் கூரை ஒழுகாமல் இருக்க அதன் மேலே ஒரு நெகிழி விரிப்பு போடப்பட்டிருந்தது.

இடதுப்பக்கத்தில் முன்புறத்தில் இருந்த கட்டடத்தில் கட்டுமான வேலை நடைபெற்றுக் கொண்டு இருந்தது. என்ன இருந்ததோ அது அவ்வாறே தற்போதும் சேதம் அடையாமல் உள்ளது. இடதுப்பக்கத்தில் பின்புறத்தில் இருந்த வீட்டின் சேதமடைந்த கூரையின் மேலே, ஒரு நிவாரண நெகிழி விரிப்புப் போடப்பட்டு இருந்தது. எங்கு நிவாரணம் கிடைக்காமல் போய் விடுமோ என்ற பயத்திலேயே, மக்கள் வீட்டு உபயோகப் பொருட்களை மட்டும் மீட்டெடுத்தார்களே தவிர, வேறெந்த துப்புரவு பணியையும் அவர்கள் செய்யவில்லை.

நிவாரணக் கூடாரம் கிராமத்துக்கு எடுத்து வரப்பட்டதால் அதை அமைத்தனர்.

ஒரு உடைந்த சுவர் எவ்வாறு இருக்கும் என்பதை இந்த வரைபடம் காண்பிக்கிறது. எவ்வாறு பெரிய மற்றும் சிறிய கற்கள் மண் சாந்துடன் பயன்படுத்தப் படுகின்றன என்பதையும் இது தெளிவாகக் காண்பிக்கிறது. கற்கள் ஒன்றோடு ஒன்று சரியாக பிணைந்து இருப்பது போல தெரியவில்லை. ஒருபுறம் சுவரில் இருக்கும் கற்களை, அதன் மறுபுறம் உள்ள கற்களோடு கோர்ப்பதே பிணைத்தல் ஆகும். வெளிப்புறத்திலோ சுவர் மிக நேர்த்தியாகவும் நன்றாகவும் இருந்தாலும், கற்கள் சரியாக பிணைக்கப்படாமல் இருந்தால் அது உயிருக்கு ஆபத்தாக விளையும். அதிலும் குறிப்பாக சுவர் சரிந்தால், மேற்கூரையும் தானாக சரிந்து விழுந்து விடும்.

வியர்வை சிந்தி உழைத்த கொத்தனார்களின் வேலையின் வெளிப்பாடே கீழுள்ள வரைபடம். சிறு எண்ணிக்கையில் இருக்கும் இவர்கள், நிலநடுக்கத்துக்கு முன்னர் ஒரு நாளுக்கு அறுபது ரூபாய்க்கு வேலை செய்தனர். நிலநடுக்கத்துக்கு பின்னரோ, ஒரு நாளுக்கு நூறு ரூபாய்க்கு குறைவாக அவர்கள் வேலை செய்வதில்லை.

உடைந்த சுவர்களில் இருந்து சரியான அளவு கற்களை மட்டும் தேர்ந்தெடுத்து, (ஒரு ரொட்டித் துண்டின் அளவுக்கு நிகரான அல்லது அதற்கும் பெரிதான) மீள்பயன்பாட்டிற்கு சேகரித்து வைத்துக் கொள்ள வேண்டும். சிறு கற்களைப் (சாளை மீனை விட சிறிதாக இருக்கும் கற்கள்) பயன்படுத்தக் கூடாது.

கீழ் ஆற்றங்கரைகளைத் தவிர பெரும்பாலான இடங்களில் கிடைக்கும் கற்கள் கட்டடம் கட்ட சீரான வடிவிலேயே இருக்கின்றன. அவை செவ்வக (rectangular) வடிவிலும், கனசதுர (cube) வடிவிலும் கிடைக்கின்றன. இந்தக் கற்களைக் கொண்டு சாந்து இல்லாமலே வலிமையாக கட்டலாம். ஆனால் இந்த வகையான சுவரில் துளைகள் சாதரணமாகவே இருப்பதால் மக்கள் பொதுவாக இதை விரும்புவதில்லை. இதனால் பாம்புகள், எலிகள் மற்றும் மற்ற சிறிய விலங்குகளுக்கு அவை இடம் கொடுத்துவிடும் என்று அவர்கள் அஞ்சுகின்றனர்.

சரியான அளவில் இருக்கும் மீட்டெடுத்தக் கற்களை, எவ்வாறு மறுகட்டமைத்தலுக்குப் பயன்படுத்தலாம் என இந்த படம் காண்பிக்கிறது.

பெரும்பாலான மலைக் கிராமங்களுக்கு அருகாமையிலேயே, மலைப்புறத்தில் திறந்த கற்குடைவுகள் (stone quarry) உள்ளன. தேவைபட்டால் இங்கிருந்து கற்களை எடுக்க எந்தவித சிறப்பு கருவியோ அல்லது திறனோ தேவையில்லை.

நாங்கள் சென்ற பெரும்பாலான இடங்களில் இருந்த, ஒரு வகையான விரிசல் உற்ற மூலை சுவரினை இந்த வரைபடம் காண்பிக்கிறது. எப்பொழுதெல்லாம் எங்கேனும் அசைவோ, தரையமிழ்வோ ஏற்படுகிறதோ, அங்கெல்லாம் பிணைப்பின்மையினாலும், மண் சாந்தில் அதிகப் படியாக சிறியக் கற்கள் பயன்படுத்தப்படுவதாலும் விரிசல்கள் ஏற்படுகின்றன. மூலைகளை மொத்தமாக இடித்து மறுபடியும் கட்டும் அளவுக்கு ஒரு சில விரிசல்கள் மிகப் பெரிதாகவும் ஆபத்தாகவும் இருக்கின்றன. எங்கு விரிசல் பெரிதளவில் இல்லையோ, அங்கு ஒரு புதிய உதைசுவரைக் (buttress wall) கட்டி, விரிசல் மேலும் விரிவடைவதைத் தடுக்கலாம். அதன் பின்னர் முறையாக அந்த விரிசலை மட்டும் சீர் செய்தால், அது எந்தவித கூடுதலான இன்னலையும் தராது.

ஆற்றோரங்களின் நெடுகிலும் கற்கள் உருண்டையாகவும், மென்மையாகவும் கால்பந்து அளவுக்கு பெரிதாகவும் உள்ளன. அவை இரண்டு சம துண்டுகளாக உடைக்கப்பட்டு சுவர்கள் கட்டப் பயன்படுத்தப் படுகின்றன. அவற்றின் தட்டையான உட்புறமே சுவரின் முகப்பில் பயன்படுத்தப் படுகின்றது. இந்த கற்களுக்கு இடையே உள்ள இடைவெளிகள் சிறிய கற்களால் நிரப்பப்படுகின்றன. கல்லின் மென்மையான உருண்டை வடிவத்தினால், ஒவ்வொரு கல்லும் எளிதில் வழுக்கி வெளியே நழுவிச் செல்லுமாறு உள்ளது.

அதைப் போன்ற நிறைய சுவர்கள், நிலநடுக்கத்தின் அதிர்வுகளால், இடிந்து விழுந்திருப்பதை நாங்கள் கண்டோம். எனவே இந்த கற்களை சுவர்களுக்குப் பயன்படுத்துவதை விட, பாதைகளுக்கு பயன்படுத்துவதே நல்லது.

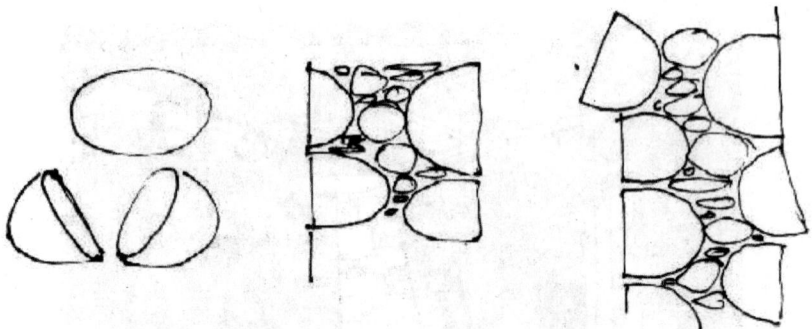

காட்டுப் பகுதிகளில் வாழ்ந்த ஆதிகால மனிதர்கள், இன்றளவில் நாம் சந்திக்கும் சுற்றுச்சூழல் பிரச்சனைகளை சந்திக்கவில்லை. மரம் அதிகமாக இருந்தமையால் வரம்புக்கு அதிகமாக அதைப் பயன்படுத்தினர்.

கூரை அமைப்பதற்கும் தளம் அமைப்பதற்கும் எவ்வாறு முழு பைன் மரத்தண்டுகள் பயன்படுத்தப்படுகின்றன என்பதை இந்த வரைபடங்கள் காண்பிக்கின்றன. அவற்றிற்கு மேல், பிளக்கப்பட்ட பைன் பலகைகள் ஒரு தண்டிலிருந்து மற்றொரு தண்டு வரை பொருத்தப்படுகின்றன. கடைசியாக இதற்கு மேலே மண் சாந்தைக் கொண்டு ஓடுகள் கவனமாக பதிக்கப்படுகின்றன.

முழு மரத் தண்டைப் பயன்படுத்துவது என்பது அதிகபடியாக இருக்கும் என்பதால், ஏற்கனவே இருக்கும் மர கம்புகளை இரண்டு அல்லது மூன்று துண்டுகளாக அறுத்து பயன்படுத்தலாம். அவ்வாறு அறுக்கப்பட்டாலும் அவற்றினால் மேலே வரும் ஓடுகளின் எடையினை சுமக்க முடியும்.

எங்கெல்லாம் வீடுகள் இடிந்து இருந்தனவோ, அங்கெல்லாம் இந்த நீளமான முழு மரத்தண்டு கம்புகள் இடிபாடுகளில் சிக்கி புதைந்தவாறே கிடந்தன. நாங்கள் ஆய்ந்த எல்லா மர கம்புகளும் சீரான நிலையிலேயே இருந்தன. முழுமையாக சேதமடைந்த கிராமங்களில் கூட எல்லா மர கம்புகளும் நல்ல நிலையிலேயே இருந்தன; எதுவும் உடைந்து இல்லை.

மீதமுள்ள மர கம்புகளை மீட்டு மீள்பயன் செய்ய வேண்டும். நிலநடுக்கத்திற்கு முன்னர் கட்டிய வீடுகளை விட நிறைய வீடுகளை, தற்பொழுது மீட்டெடுக்கப்பட்ட அதே மரத் தண்டுகளைக் கொண்டு கட்டலாம். எனவே, அரசாங்கம் கூடுதலாக மரம் வழங்க வேண்டும் என்பதில்லை.

4½" × 2"
4½ × 2"
4½ × 2"
6" × 4½"
6" × 2½"
6 × 2½

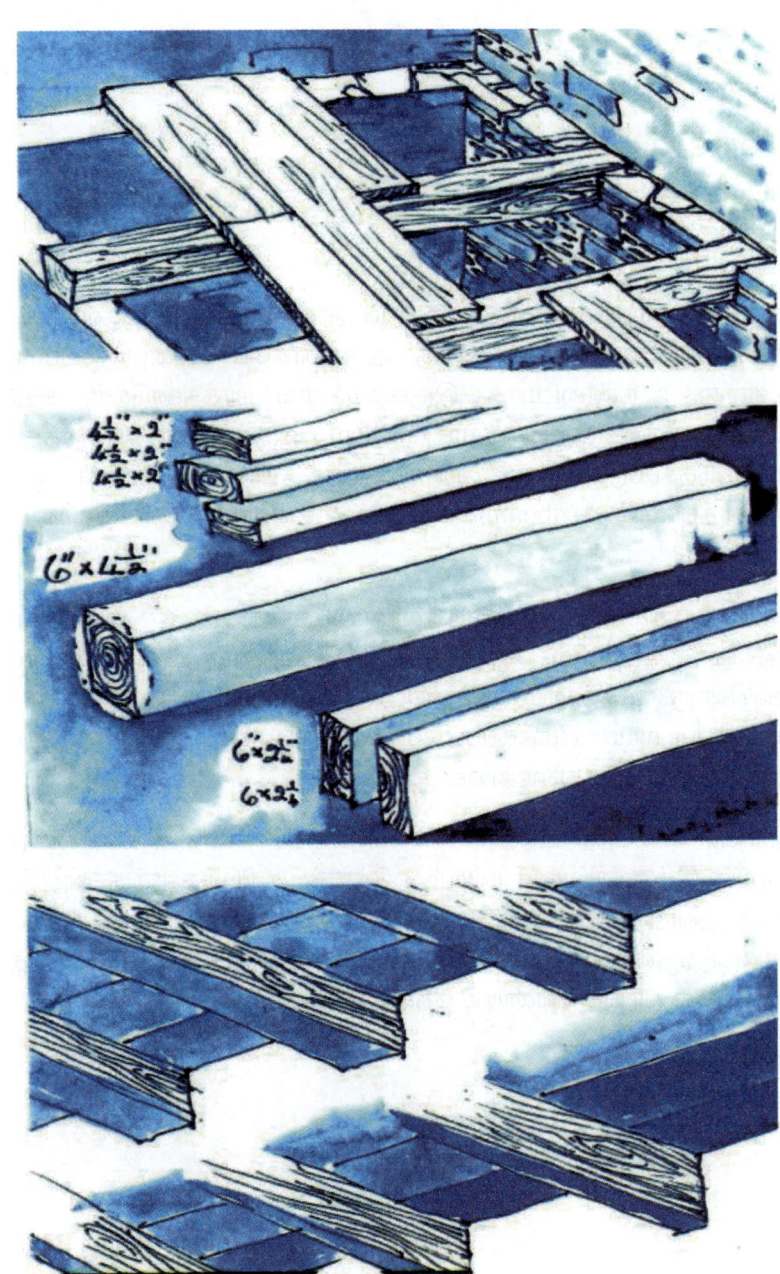

ஒரு பாரம்பரிய வீட்டின் மரத்தளத்தை தாங்குவதற்குத் தேவையான மரமும் வரம்புக்கு அதிகமாகவே பயன்படுத்தப்பட்டு உள்ளது. உருண்டையாக இருக்கும் முழு மரத்தண்டுகள், சதுர வடிவில் அதன் குறுக்குவசம் (section) இருக்குமாறு இழைத்துப் பயன்படுத்தப்படுகின்றன. பிறகு, தடித்த மரப் பலகைகள் ஒரு உத்தரத்திலிருந்து (beam) மற்றொரு உத்தரம் வரை தளமாகப் போடப்படுகின்றன.

நாங்கள் அளவிட்ட பெரும்பாலான உத்தரங்கள் 6" x 6" விட அதிகமான அளவில் இருந்தன. வரைபடத்தில் உள்ளது போல ஒவ்வொரு உத்தரமும் இரண்டு அல்லது மூன்று துண்டகளாக பிளக்கப்படலாம். பிளக்கப்பட்டப் பின்னரும் கனமான தளத்தினை தாங்கக் கூடியதாகவே அவை இருக்கும்.

நாங்கள் உடைந்த உத்தரங்கள் எவற்றையும் கண்டெடுக்கவில்லை. பலவும் இன்னமும் மண் மற்றும் ஓடுகளின் குவியல்களுக்கு அடியில் புதைந்தவாறே உள்ளன. அவற்றை அதிலிருந்து மீட்டெடுத்து, மீள் பயன்படுத்துவதற்குத் தயாராக வைக்க வேண்டும். அரசாங்கம் புது மரங்களை வழங்க வேண்டிய தேவை எதுவும் இல்லை.

4½" × 2"
4½ × 2"
4½ × 2"
6" × 4½"
6" × 2½"
6 × 2½

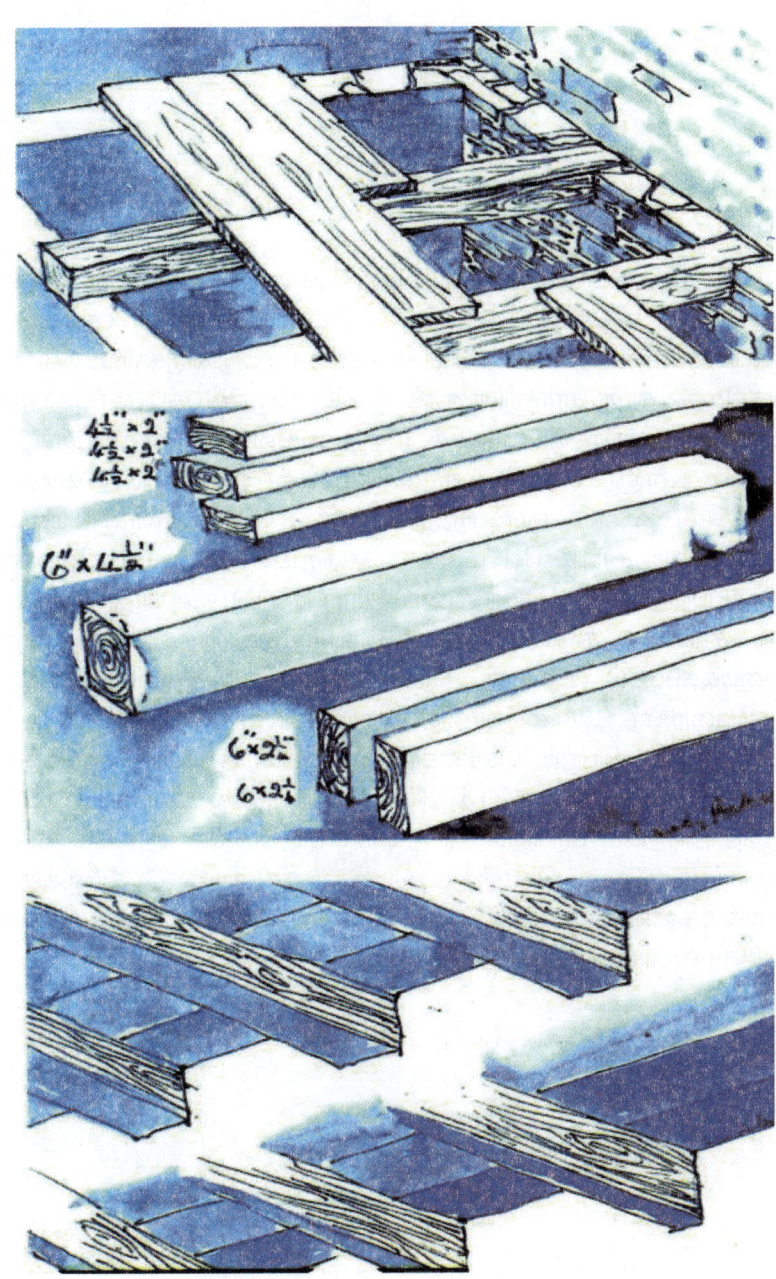

புது வீட்டுத் திட்டங்களுக்கான வேண்டுகோளைப் பொறுத்தவரையில், முற்றிலும் வேறுபட்ட புதிய திட்டப்படங்கள் தேவையே இல்லை என்பதே என் கருத்தாகும். நூறு ஆண்டுகளில் மலைப் பகுதிகளுக்கான சராசரியான வீட்டு அமைப்பு என்பது, படிப்படியாக வளர்ச்சிப் பெற்று வீட்டாருக்கு மனநிறைவினையும் தந்து உள்ளது. வெறும் உள்ளூர் பொருட்களான மரம், கல், ஓடு மற்றும் மண்ணை மட்டுமே இவை பயன்படுத்துகின்றன. பெரும்பாலான மனை இடங்களும் சரிவாகவே உள்ளன. அத்துடன் பாறைகள் நிறைந்த மலைப்புறங்களின் உள்ளே நீண்ட தூரம் குடைய முடியாது. எனவே, கீழ் தளத்தில் கால்நடைக்காக உயரம் குறைந்த அறை ஒன்று அமைக்கப்பட்டு உள்ளது. மேல் தளத்திலோ குடும்பத்துக்கான வாழ்வறைகள் உள்ளன. நான்கு அறைகள் வரை கொண்ட, வீட்டில் தினசரி நடைபெறும் செயல்களுக்கு முக்கியத்துவம் கொடுக்கும் வகையில் ஒரு எளிய வீட்டுத் திட்டம் வழக்கத்தில் உள்ளது. இரவில் இந்த அறைகள் படுக்கை அறைகளாகவும், பகலில் தேவைக்கேற்ற செயல்பாடுகள் கொண்டும் இயங்குகின்றன. கீழிருக்கும் விலங்குகளின் உடம்பு சூடு, அவற்றின் மேல் இருக்கும் மரத் தளத்தின் வழியே எழும்பி வெளியேறுகிறது.

1 வாழ்வறை **2** சமையல் அறை **3** படுக்கை அறை **4** கால்நடைக் கொட்டகை

குறுக்குவசப் படம்

முதல் தளம்

தரை தளம்

உள்ளே

இடிபாடுகளை அகற்றியவுடன் நாங்கள் கண்டு அறிந்தது என்னவென்றால், முழுமையாக சேதம் அடைந்த வீடுகளில் கூட, கடைக்கால்கள் (foundation) சிதையாமல் உள்ளன. வீட்டின் திட்டமானது இன்னமும் ஓரளவுக்குப் புலப்படுகின்றது.

பெரும்பாலான கிராமங்களில் நிலப் பற்றாக்குறை உள்ளது. மேலும், நிலம் ஆனது கவனமாக ஒரு குடும்பத்தின் சகோதரர்களுக்கு இடையே பகுத்துக் கொடுக்கப்பட்டுள்ளது. வீடுகளுக்கான ஏதேனும் புதிய திட்டங்கள் இருந்தால் அவை ஏற்கனவே இருக்கும் பிரிக்கப்பட்டப் பகுதிகளுக்குள் பொருந்துமாறு இருக்க வேண்டும். கிராம நிலத்தினை விற்பனை செய்யவோ வேறு பயன்பாட்டிற்கு பயன்படுத்தவோ ஒரு குடும்பத்தின் எல்லா சகோதரர்களும் ஒப்புதல் அளிக்க வேண்டும்.

எனவே, ஏற்கனவே இருந்ததை விட உறுதியாக மீண்டும் கட்டுவதும், தேவைக்கு ஏற்றது போல வீட்டுத் திட்டத்தில் மேம்பாடுகளை புகுத்திக் கொள்வதுமே மிகவும் முக்கியமானது ஆகும். எடுத்துக்காட்டாக, நீர் சேமிப்பை அடித்தளத்தில் அமைக்கலாம். அல்லது மீண்டும் கட்டப்படும் கட்டமைப்புகளுடன் எரிபொருள் ஆற்றலை குறைவாக பயன்படுத்தும் சூளைகளை இணைத்துக் கட்டலாம்.

மீண்டும் கட்டப்படும் புதிய வீடுகள், நிலநடுக்கத்தை தாங்கும் வீடுகளாக இருக்க வேண்டுமா அல்லது வேண்டாமா என்பதைப் பற்றி ஒரு சர்ச்சை உள்ளது. ஒரு பெரிய நிலநடுக்கம் ஆனது ஒரே இடத்தை இருமுறை தாக்காது என்பது ஒரு தரப்பின் கருத்து. நான் இந்தப் பகுதிகளில் தங்கி இருந்த கிட்டத்தட்ட இருபது ஆண்டுகளில் பல சிறிய அதிர்வுகளை உணர்ந்துள்ளேன். இந்த அதிர்வுகள் தட்டுகள் மற்றும் குவளைகளை உலுக்கும், அல்லது அடுக்குலிருந்து ஓரிரு புத்தகங்களை ஆட்டி கீழே விழ வைக்கும். கட்வால் மற்றும் குமாவுன் ஆகிய இடங்கள், இந்த அதிர்வுகளுக்கு பழகிப்போனவையே. ஒட்டுமொத்தத்தில் உள்ளூர் பாரம்பரிய வீட்டின் வடிவமைப்பானது இந்த பேரிடரை கடந்து நிலையாக இருக்கிறது.

பரிந்துரைகள்:

1. மீட்புப் பணிகள் செய்தால் நிவாரண நிதி கிடைக்காது என்ற மக்களின் அச்சத்தினை அரசாங்கம் போக்க வேண்டும்.
2. தேவையெனில் அவ்வப்போது புகைப்படங்கள் எடுத்துக் கொண்டு, நிவாரண நிதியை பின்னர் அளிக்கலாம்.
3. மீட்டெடுப்பு மற்றும் துப்புரவு பணிகளில் ஈடுபட வேண்டும்.
4. எந்த பாகுபாடும் இன்றி எல்லா கிராமவாசிகளும் அதில் பங்குபெற வேண்டும்.
5. கொத்தனார்கள் எண்ணிக்கையில் குறைவாக இருப்பதை சரி செய்ய வேண்டும்.
6. ஏற்கனவே உள்ளவர்களுக்குப் பயிற்சி கொடுக்க வேண்டும்.
7. புதியவர்களுக்கும் பயிற்சி கொடுக்க வேண்டும்.
8. ஊதியத்தைக் கட்டுப்படுத்த வேண்டும்.
9. இடிபாடுகளை நீக்குவதிலும், துப்புரவுப் பணியிலும், கொத்தனார்களின் திறனை வீணடிக்கக் கூடாது.
10. முதலில் ஒரு கிராமத்தை எவ்வாறு மறுகட்டமைப்பு செய்வது என காண்பிக்க வேண்டும்.
11. அதன் பொருளாதாரத்தை எவ்வாறு மேம்படுத்துவது எனவும் காண்பிக்க வேண்டும்.
12. கொத்தனார்களுக்கு எவ்வாறு மீட்டெடுக்கப்பட்ட உள்ளூர் பொருட்களை மட்டுமே பயன்படுத்துவது என பயிற்சி அளிக்க வேண்டும்.
13. நிலநடுக்கம் தாங்கும் வீடு ஒன்றினை கட்டி காண்பிக்க வேண்டும்.
14. மரத்தை அளவாகவும், நுட்பமாகவும் கையாள தச்சர்களுக்கு (carpenter) பயிற்சி அளிக்க வேண்டும்.
15. எரிபொருள் ஆற்றல் குறைவாகப் பயன்படுத்தும் அடுப்புகள் மற்றும் தண்ணீர் சேமிப்பு தொட்டிகள் ஆகிய மேம்பாடுகளை, எவ்வாறு கட்டமைப்பில் புகுத்துவது என்பதற்கான வழிமுறைகளைச் செய்து காண்பித்தல் வேண்டும்.

இரண்டாம் பாகம்:
சமோலி பற்றிய அறிக்கை

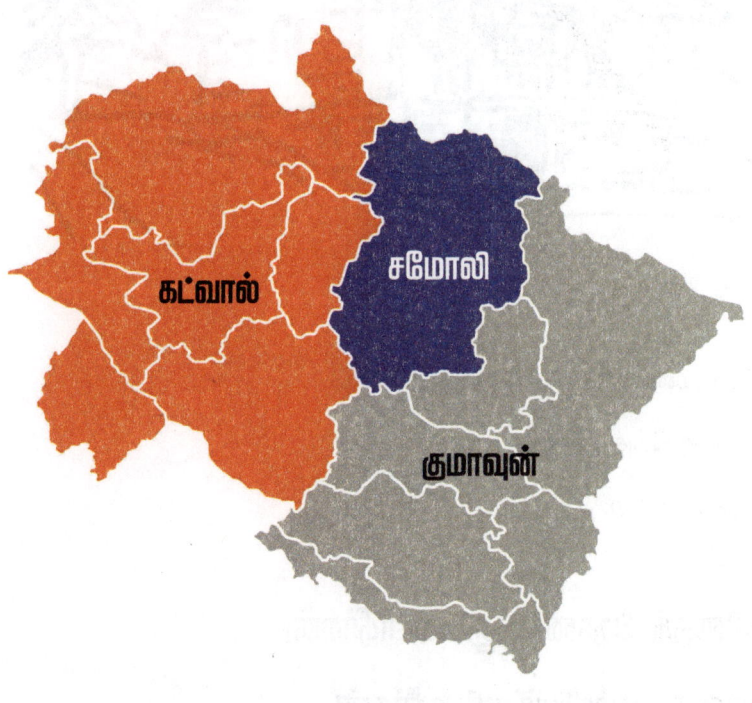

உத்தராகண்ட் மாநிலத்தின் நிலப்படம்

இமயமலையில் இருக்கும் இந்த வீடு,
இப்பகுதிக்கு உகந்த அருமையான
ஒரு வீடாகும்.

இதைத் தொலைத்து விடாதீர்கள்!
இதை மாற்றியும் விடாதீர்கள்!
இதைக் கண்டு பெருமைப் படுங்கள்!

மேலே உள்ள இந்த வகை வீடானது, இமயத்தில் தேவையற்ற குப்பையாகும்.

இது போன்ற வீடுகளை உங்கள் பகுதிக்குள் ஊடுறுவ விடாதீர்கள்.

நிலநடுக்கத்தின் போது பாதுகாப்பிற்கு இதை நம்பாதீர்கள்.

இறக்குமதி செய்யப்பட்ட இவ்வகை வீடுகளில் நீங்கள் வசிப்பதால், நீங்கள் உயர்ந்தவர் என்று நினைக்காதீர்கள்.

மேலும், இது போன்ற தேவையற்ற வீடுகளை கட்டுவதன் மூலம், இந்தியாவின் இயற்கை வளங்கள் திருடப்பட்டு, எந்த ஒரு நல்ல காரணமும் இல்லாமல் வீணடிக்கப்படுகின்றன.

இமயமலைப் பகுதிகளிலும் அதன் அடிவாரங்களிலும், செயல்பாட்டிலும் அழகிலும் சிறந்த, உள்ளூர் கட்டடக்கலைப் பாணிகள் நடைமுறையில் அதிகம் உள்ளன. கட்டடத்தின் ஒவ்வொரு பகுதியும் அருகில் எளிதாகவும் மிகுதியாகவும் கிடைக்கும் பொருட்களான கற்கள், மரங்கள் மற்றும் மண் கொண்டு கட்டப்பட்டுள்ளன.

துரதிர்ஷ்டவசமாக, நிலநடுக்கங்களின் அச்சுறுத்தல் எப்பொழுதும் இப்பகுதிகளுக்கு உண்டு. நிலநடுக்கங்களால் பொதுவாக இங்கு உயிர் சேதம் மட்டுமின்றி, பெரிய அளவில் கட்டடங்களும் சேதம் அடைகின்றன.

சிமிட்டி (cement) மற்றும் எஃகு (steel) போன்ற விலையுயர்ந்த, அதீத உற்பத்தி ஆற்றல் கொண்ட பொருட்களைப் (energy intensive material) பயன்படுத்தாமல், இனி வரும் காலங்களில் உள்ளூர் பொருட்களைக் கொண்டே சிறந்த கட்டடங்களை நாம் கட்டமைப்பது எவ்வாறு?

சிறப்புமிக்க இந்த உள்ளூர் கட்டடக்கலை பாணிகளைப் பேணி காப்பதற்கும், அதில் எவ்வித அச்சமின்றி வாழ்வதற்கும், ஒரு சில உத்திகள் மற்றும் செயல்பாடுகளை பற்றி பின் வரும் பக்கங்களில் காண்போம்.

துரதிர்ஷ்டவசமாக, நிலநடுக்கத்தை முற்றிலும் தாங்கக் கூடிய கட்டடம் என்று ஒன்று இல்லை என்பது தான் மறுக்க முடியாத ஒரு உண்மை. நிலநடுக்க மையத்தில் என்ன வேண்டுமானாலும், எப்படி வேண்டுமானாலும் நடக்கலாம்.

நிலநடுக்கங்களைத் தாங்கக் கூடிய வண்ணம், அறிவியல் பூர்வமாக வடிவமைக்கப்படும் நூலடைகளைப் (noodle) போல் தோற்றமளிக்கும் நவீன கட்டமைப்புகள் கட்டி எழுப்பப்படுவதை நாம் பார்த்து கொண்டு தான் வருகிறோம்.

இருந்தாலும், அடுத்த நிலநடுக்கத்தின் மையம் எங்கே இருக்கும் என்று எவராலும் யூகிக்க முடியாது. ஆனால் சாதாரண நிலநடுக்கங்களில் இருந்து நம்மை பாதுகாக்கும் வீடுகளை, நிச்சயமாக நம்மால் கட்டமைக்க முடியும்.

நம் முன்னோர்கள், வழக்கமாக வற்றாத நீர் நிலைகளுக்கு அருகாமையிலேயே—கரடு முரடாக இருக்கும் மலையோர விளிம்புகளில் கூட—கட்டடங்களை கட்டமைப்பார்கள். பொதுவாக அவர்கள் விளைச்சல் நிலங்களில் வீடு கட்டுவதில்லை.

அதைப் போலவே, கவனிக்க வேண்டிய மற்றொன்றும் உள்ளது. கரடு முரடாக இருக்கும், மலையோர விளிம்புகளில் அமைக்கப்பட்ட குக்கிராமங்களை விட, பார்ப்பதற்கு சமமாக இருக்கும் இடங்களில் அமைக்கப்பட்ட குக்கிராமங்கள், நிலநடுக்கங்களால் அதிகம் சேதம் அடைகின்றன.

பூகம்பத்தைப் பற்றிய புரிதல் நமக்கு குறைவாகவே உள்ளது என்று இதன் மூலம் தெரிகிறது. எனவே, என் பாட்டி பல முறை சொல்வது போலவே—"வருமுன் காப்பதே சிறந்தது".

இது ஒரு சராசரியான, இமயமலைப் பகுதி வீட்டின் வரைபடமாகும். மக்கள் மேல்மாடியில் வசிப்பார்கள். பாதுகாப்பிற்க்காகவும், மேல்மாடியை கதகதப்பாக வைக்கவும், அவர்களின் கால்நடைகளை கீழ் தளத்தில் வைத்திருப்பார்கள்.

முற்றிலும் இடிந்துப் போன கட்டடங்களும் நிச்சயமாக உண்டு. ஆனால் பெரும்பாலான கட்டடங்கள், படத்தில் இருப்பது போலவே சேதமடைந்து இருக்கும். இதில் சேதமுற்று இருக்கும் எல்லா பொருட்களையும் மீள்பயன் செய்யலாம்.

பல நேரங்களில், நிலநடுக்கங்களுக்குப் பிறகு வீடுகள் இவ்வாறே காட்சியளிக்கும்.

90% பொருட்களை மீட்டெடுத்து மீள்பயன் செய்யலாம். மீதமுள்ள நின்றுகொண்டிருக்கும் சுவர்களின் சேதத்தின் அளவை ஆய்வு செய்து, அதற்கு ஏற்றவாறு விரிசல்களை சரி செய்யலாம் அல்லது மறுகட்டமைப்பு செய்யலாம்.

கருங்கல் சுவர்கள் வலிமையாக இருப்பதற்கு, கற்களின் கணமோ அல்லது அளவோ காரணம் அல்ல; அவற்றின் பிணைப்பே அதன் வலிமைக்குக் காரணம்.

பிணைப்பின் வலிமை என்னவென்று புரிவதற்கு, உங்கள் நண்பரின் கை விரல்களோடு, உங்கள் கை விரல்களை கோர்த்தப் பின்னர், உங்கள் கையை வெளியே இழுக்க முயற்சித்துப் பாருங்கள்.

பிணைப்பே கட்டுமானத்தின் மிக முக்கியமான, புறக்கணிக்க முடியாத கோட்பாடாகும். நில அதிர்வுகளை சமாளிக்க, இதுவே ஒரு சிறந்த நுட்பமாக இருக்கும்.

பிணைப்பு (BONDING)

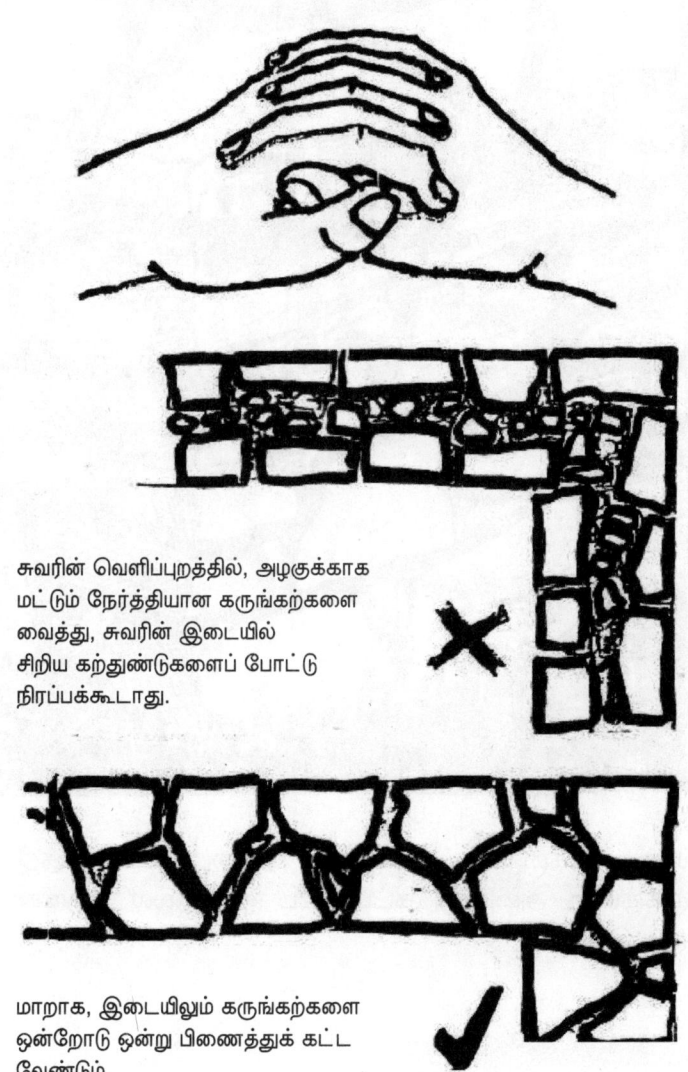

சுவரின் வெளிப்புறத்தில், அழகுக்காக மட்டும் நேர்த்தியான கருங்கற்களை வைத்து, சுவரின் இடையில் சிறிய கற்துண்டுகளைப் போட்டு நிரப்பக்கூடாது.

மாறாக, இடையிலும் கருங்கற்களை ஒன்றோடு ஒன்று பிணைத்துக் கட்ட வேண்டும்.

எல்லா கற்களையும், அவற்றின் தட்டையானப் பகுதி கீழே இருக்குமாறு அமைத்து கட்டப்பட்ட ஒரு நல்ல கருங்கல் சுவர் ஆகும் இது.

மேலே இருந்து காணும்போது, நன்றாகப் பிணைக்கப்பட்ட ஒரு கருங்கல் சுவர் இவ்வறே தோற்றமளிக்கும். ஒரு வரியில் உள்ள கற்கள், படத்தில் உள்ளவாறு, பெரிதும் சிறிதுமாக மாறி மாறியே வரும். அடுத்த வரியில், புள்ளிக் கோடுகளால் குறிப்பிட்டுள்ளது போல, கீழுள்ள சிறியக் கல்லின் மேல் பெரிய கல்லும், பெரியக் கல்லின் மேல் சிறியக் கல்லும் மாறி மாறி வரும்.

இந்த படம், சராசரியான கரடு முரடாக இருக்கும், கருங்கல் ஒன்றை காண்பிக்கிறது. ஒருவேளை இதன் ஒரு பக்கம் தட்டையாக இருந்தால், கொத்தனார்கள் 'அ' நிலையில் கற்களை செங்குத்தாக வைத்து, அந்த நேர்த்தியான பக்கத்தை வெளியில் தெரியுமாறு கட்டுவார்கள். ஆனால் 'அ' நிலையில் வைத்தால், நிலநடுக்கத்தின் போது, அது சரிந்து விழக் கூடும். இதுவே கல்லை 'இ' நிலையில் உள்ளபடி படுக்க வைத்தால், அது சரிந்து விழாது.

இவை இரண்டும் ஒரே மாதிரியான கருகற்களால் கட்டப்பட்ட வீடுகள்.

மேலே உள்ள வீட்டின் சுவர்கள், கருங்கற்களை 'இ' நிலையில் வைத்து, நன்றாக பிணைத்து கட்டப்பட்டது ஆகும். இந்த சுவர்கள் நிலநடுக்கத்தின் போது கீழே விழும் வாய்ப்புகள் மிகவும் குறைவே.

கீழே உள்ள வீட்டின் சுவர்கள், கருங்கற்களை 'அ' நிலையில் வைத்து, நன்றாக பிணைக்கப்படாமல், பார்ப்பதற்கு மட்டும் அழகாகத் தெரியுமாறு கட்டப்பட்டது ஆகும். இந்த சுவர்கள் நிலநடுக்கத்தின் போது இடிந்து விழக் கூடும்.

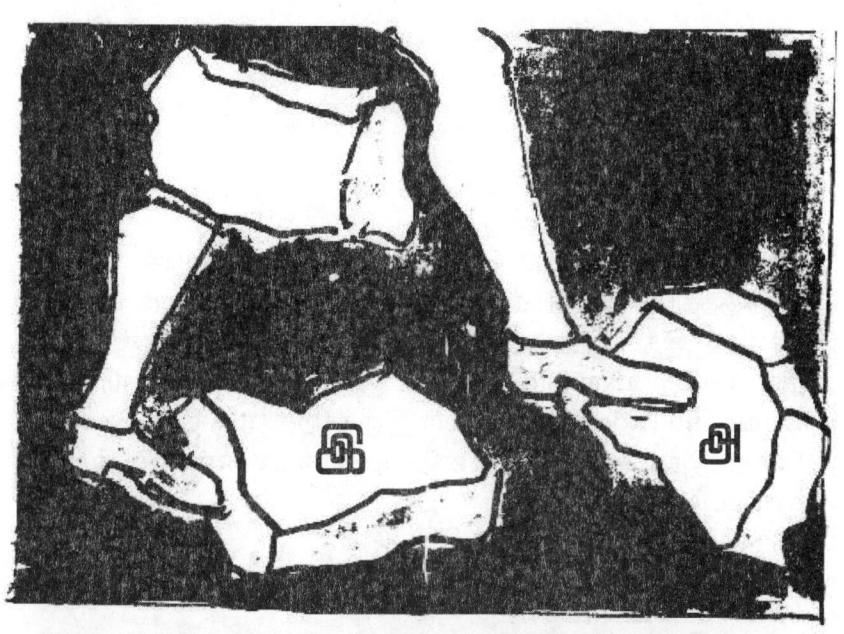

வெளிப்புறத்தில் அழகாக தெரிவதற்கு, பிணைப்பில்லாமல், கற்களை செங்குத்தாக வைத்து கட்டப்பட்ட ஒரு சுவரின் குறுக்கு வசப்படம் (section) இது. இந்த சுவரின் இடைபகுதி சிறிய கற்துண்டுகளால் நிரப்பப்பட்டு உள்ளதால், சுவரின் இருப்புறமும் ஒன்றோடு ஒன்று ஒழுங்காகப் பிணைக்கப் படாமல் இருக்கிறது. ஒரு நிலநடுக்கத்தின் போது இந்த சுவருக்கு என்ன நடக்கக் கூடும் என்பதையும் இந்த வரைபடம் காட்டுகிறது.

இந்த படம் இடையில் நன்றாகப் பிணைக்கப்பட்ட ஒரு கருங்கல் சுவரைக் காட்டுகிறது. நிலநடுக்கம் கடுமையாக இருந்தாலே ஒழிய, இந்த சுவர் கட்டப்பட்டபோது எப்படி இருந்ததோ, அப்படியே நிலநடுக்கத்திற்கு பிறகும் இருக்கும்.

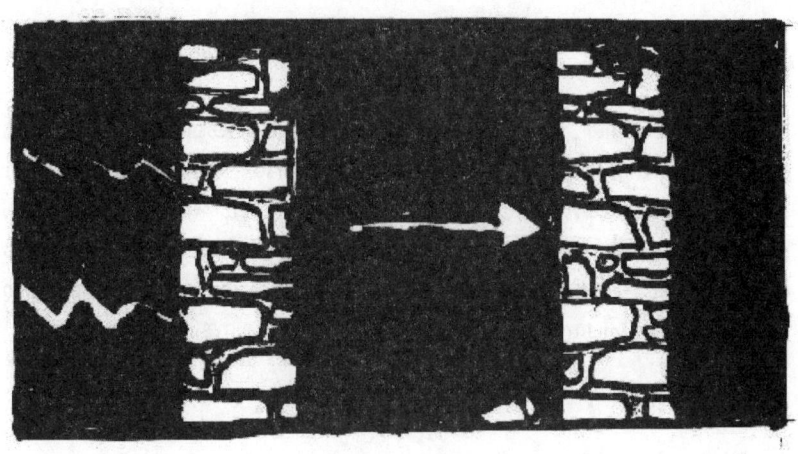

நாம் பொதுவாக, கல் சுவரை அடியில் இருந்து உச்சிவரை ஒரே கனத்தில், செங்குத்தாக கட்டுவோம் (தோராயமாக 18 அங்குலம் அல்லது 45செ.மீ.). அத்தகைய சுவர் நிலநடுக்கத்தில் விழுந்தால், கற்கள் வீட்டின் உள்ளேயும் வெளியேயும் விழ வாய்ப்புள்ளது.

நாம் கல் சுவரின் வெளிப்புறத்தை செங்குத்தாகவும், உட்புறத்தை கீழிருந்து சிறிது சாய்வாகவும் கட்டினால் (உதாரணமாக 21 அங்குலம்/55செ.மீ. கீழே மற்றும் 16 அங்குலம்/40செ.மீ. மேலே), நிலநடுக்கத்தின் போது அந்த சுவரின் கற்கள் வீட்டின் வெளியில் விழுவதற்கே அதிக வாய்ப்பு உள்ளது. அதனால் வீட்டினுள் இருக்கும் மக்களுக்கும், பொருட்களுக்கும் சேதம் குறைவாகவே இருக்கும்.

உள்ளே வெளியே

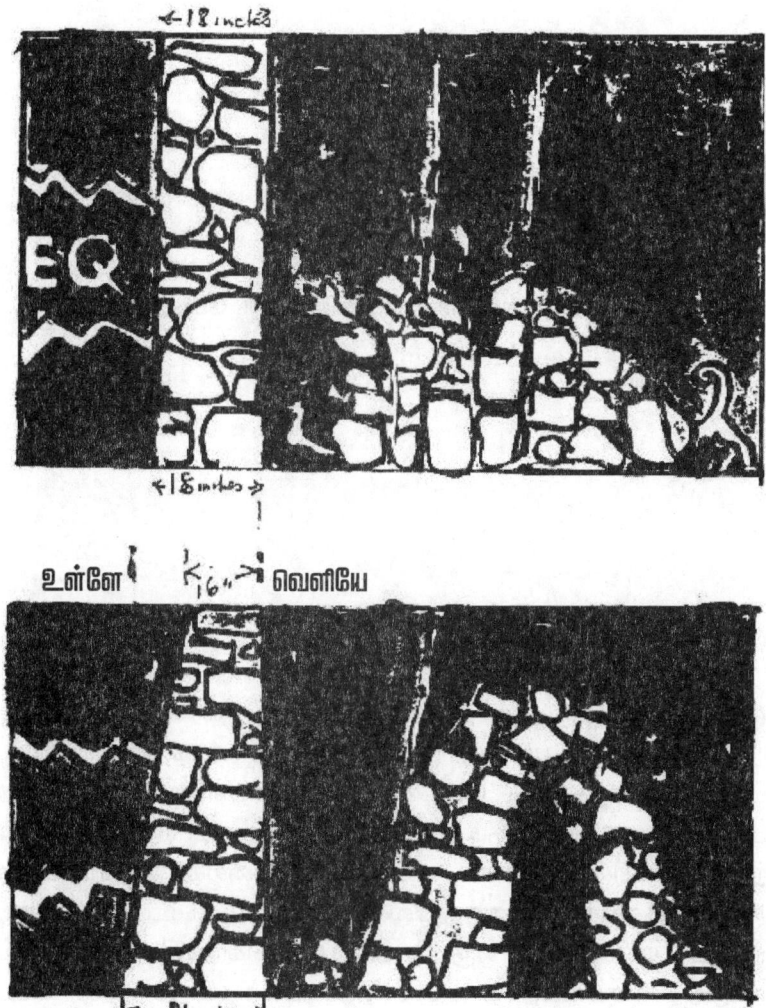

சுவரின் மூலைகளில் இருக்கும் விரிசல்களே, பாதிக்கப்பட்டப் பல வீடுகளில் பொதுவான, கவனிக்க வேண்டிய ஒரு சேதம் ஆகும்.

ஒரு புது சுவரை துவங்கி கட்டுவதற்கு பதிலாக, மூலைகளில் விரிசல் விட்டப் பகுதிகளில் இருக்கும் கற்களை அகற்றி, தட்டையான கற்களைக் கொண்டு நல்ல பிணைப்புடன் கட்டுவதே போதுமானதாக இருக்கும். கூரையில் இருக்கும் மரக்கட்டைகள் மற்றும் ஓடுகளின் எடையால், கட்டடத்தின் மூலைகள் எப்பொழுதும் ஒரு தள்ளுதலுக்கும், உந்துவிசைக்கும் (thrust) உட்படுகின்றன. ஏற்பட்ட பாதிப்புகளை ஒரு வாய்ப்பாகக் கொண்டு, மூலைகளில் ஏற்படும் விசைகளைத் தாங்க உதைசுவர்களைக் (buttress) கூட அமைக்கலாம்.

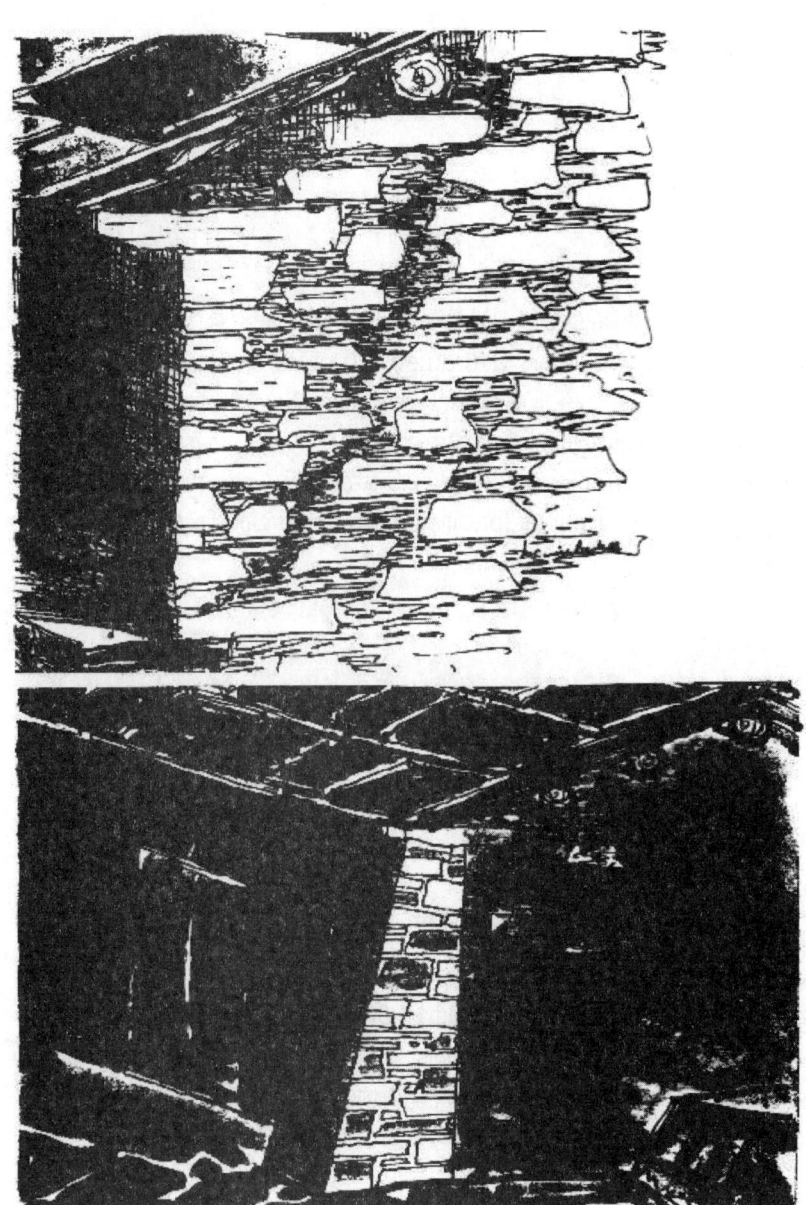

நிலநடுக்கம் ஏற்படும் பகுதிகளில், பாரம்பரியமாகவே மரத்தால் ஆன சட்டகக் கட்டமைப்புகளை (framed structure) அமைக்கும் வழக்கம் உள்ளது. இந்த சட்டகங்கள் சதுரமாகவோ செவ்வகமாகவோ இருப்பது பயனற்றது. ஏனென்றால் ஒரு சதுரம் அல்லது செவ்வகத்தின் (rectangle) ஒரு பக்கத்தைத் தள்ள முயற்சித்தால், அது ஒரு இணைகரமாக (parallelogram) மாற வாய்ப்புள்ளது.

ஆனால், முக்கோண வடிவத்தில் உள்ள ஒரு சட்டகத்தை தள்ள முயற்சித்தால், அதன் வடிவம் மாறாது. அதனால், கருங்கல் சுவர்களை மட்டும் ஒரு சக்தி வாய்ந்த நிலநடுகத்தின் போது நம்பமுடியாத பட்சத்தில், முக்கோண வடிவங்களால் ஆன ஒரு சட்டகக் கட்டமைப்புடன் இணைத்துக் கட்டுவது நல்லது.

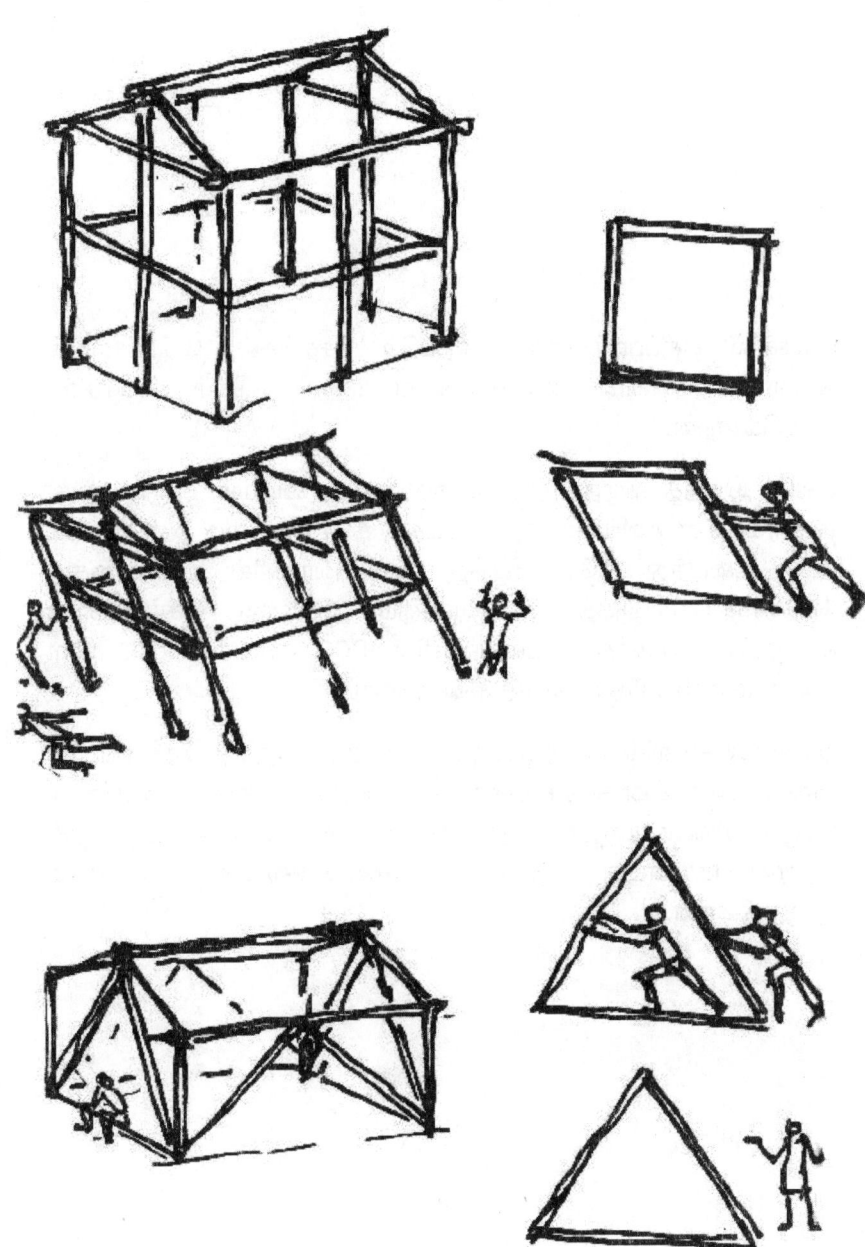

வீடுகளில் வசிப்பவர்களுக்கு ஏற்படும் சேதங்கள், பெரும்பாலும் கூரையின் கனமான மர சட்டங்கள் மற்றும் ஓடுகள் விழுவதால் ஏற்படுகின்றன.

சுவரே இடிந்து விழுந்தாலும், கூரை இடிந்து விழாமல் இருப்பதற்கு, கூரைக்கென தனியான ஒரு சட்டகக் கட்டமைப்பை அமைத்தால், அது உடைந்து கீழே விழுந்து, வசிப்பவர்களின் உயிர்களுக்கு சேதத்தை ஏற்படுத்தாமல் இருக்கும். இவ்வாறு செய்வதனால் வலுவூட்டிய கற்காரைப் பலகங்களின் (RCC - Reinforced Cement Concrete slabs) தேவையைத் தவிர்க்கலாம்.

மலைப்பகுதிகளில், வலுவூட்டிய கற்காரைக்குத் தேவைப்படும் மணல், கிடைக்காது என்பதை நாம் மனதில் கொள்ள வேண்டும். மேலும், சிமிட்டி மற்றும் எஃகு போன்ற பொருட்கள் அதீத உற்பத்தி ஆற்றல் கொண்டது மட்டுமல்லாமல், அவை விலை உயர்ந்ததாகவும் இருக்கின்றன.

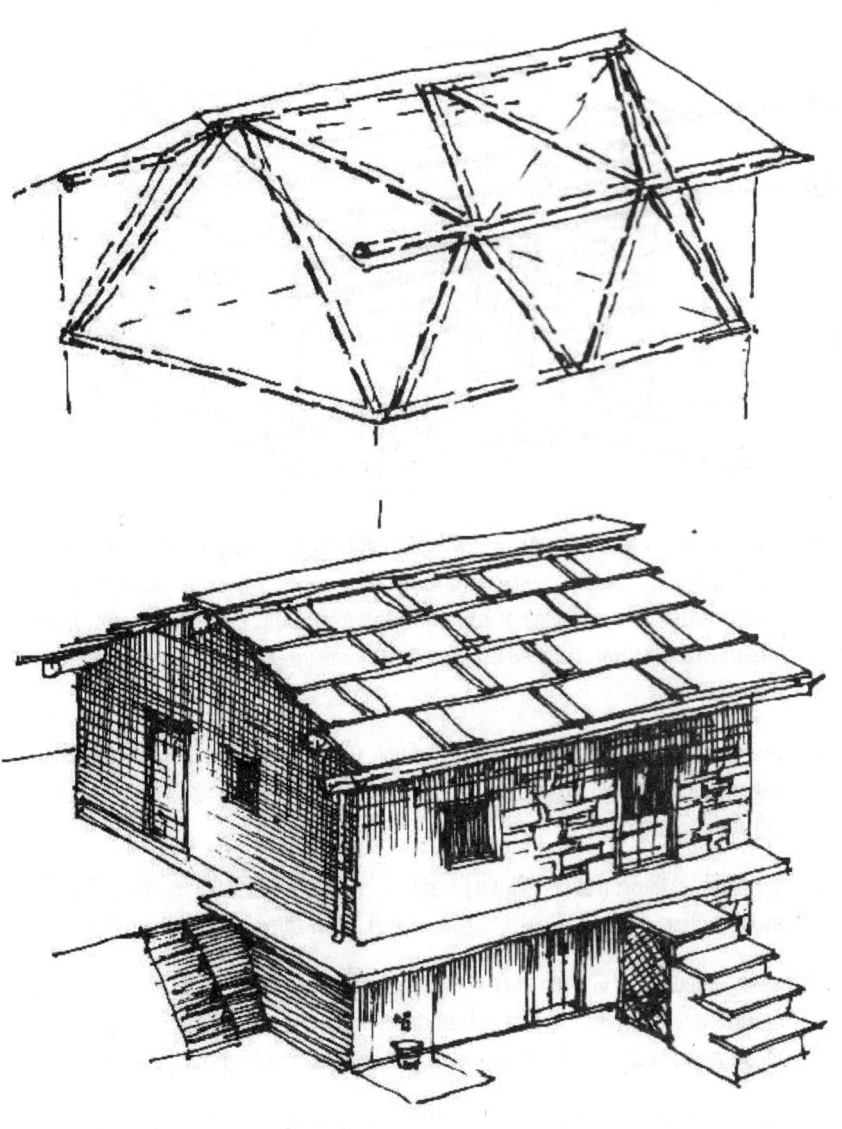

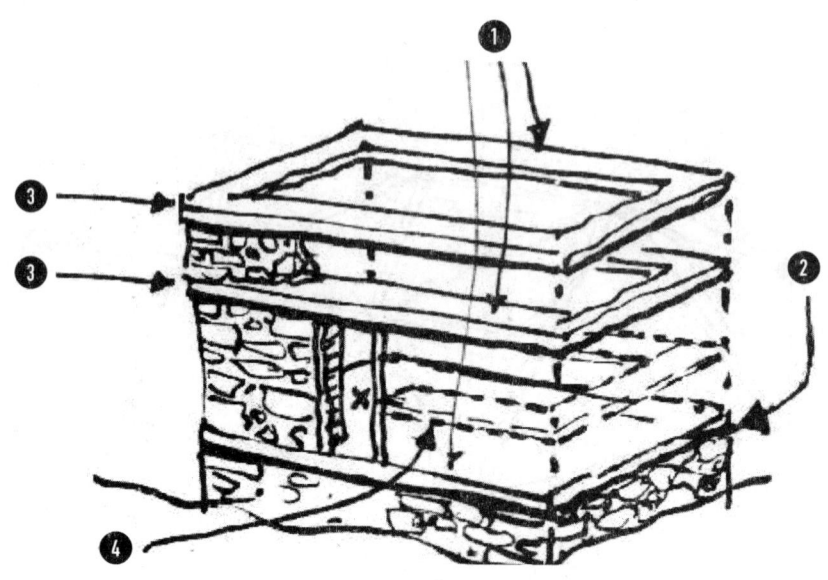

1. கட்டடம் ஆடினாலும், கீழே இடிந்து விழாமல் இருக்க மற்றொரு வழி என்னவென்றால்—படத்தில் உள்ளவாறு, சுவர்களின் வெவ்வேறு உயரங்களில் கிடைமட்டமாக, (horizontal) தொடர்ச்சியான மரச்சட்டங்களை வைத்து வலுவூட்டுவதாகும் (reinforce).

2. சுவரின் அடிமட்டம் இதுபோன்று மரச்சட்டத்தைக் கொண்டு வலுவூட்டப்பட்டு இருந்தால், சுவர்கள் அசைவதை ஓரளவிற்குத் தடுக்க இயலும்.

3. இதற்கு மேலாக, திறப்பு விட்டத்தின் (lintel) உயரத்திலும், கூரையின் உயரத்திலும் தொடர்ச்சியான மரச்சட்டங்கள் தேவை.

4. உண்மையில் சொல்லப் போனால், சாளரக் கீழியின் (sill) உயரத்திலும் ஒரு தொடர்ச்சியான மரச்சட்டம் தேவை. ஆனால், இது கதவு வரும் இடங்களில் இணைக்கப் படாமல் இருக்கும்.

(எஃகு மற்றும் சிமிட்டியின் இறக்குமதியை நாம் முடிந்தவரை தவிர்க்க வேண்டும் என்பதால், மரச்சட்டங்களையே சுவர்களை வலுவூட்டுவதற்கு பயன்படுத்தலாம்.)

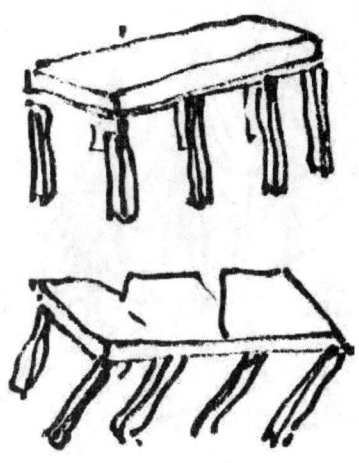

செங்குத்தான தூண்களால் தாங்கப்படும் கூரை அமைப்புகளை நிலநடுக்கம் ஏற்படும் பகுதிகளில் தவிர்க்க வேண்டும். நிலநடுக்கத்தின் போது இந்த அமைப்புகள் இடிந்து விழக் கூடும்.

ஆனால் பொதுவாக, சுற்றி இருக்கும் கருங்கல் சுவர்கள், தூண்களை அவற்றின் இடங்களில் பிடித்து வைக்க உதவும். ஒருவேளை கருங்கல் சுவர்கள் நல்ல பிணைப்புடன் கட்டப்படாமல் இருந்தால், தூண்களுடன் சேர்ந்து, சுவர்களும் இடிந்து கீழே விழக் கூடும்.

இம்மாதிரியான கட்டமைப்புகளை முற்றிலும் தவிர்ப்பது நல்லது.

காடுகள் அழிந்து வருவதால், நாம் மரத்தின் பயன்பாட்டினை குறைக்கிறோம். அதற்கு பதிலாக எஃகு, கற்காரை போன்ற பொருட்களைப் பயன்படுத்த வேண்டி உள்ளது. ஆனால், அழிந்து வரும் காடுகளைப் புனரமைக்க, நாம் புதிய மரங்களை மீண்டும் நடவேண்டும்.

முடிந்தவரை பழைய, உடைந்த கட்டடங்களில் இருந்து மரங்களை மீட்டு பயன்படுத்த வேண்டும். மரக்கன்றுகள் நடுவதை வனத்துறைக்கு வலியுறுத்த வேண்டும்.

இரும்பும், எஃகும், இரும்பு தாதுக்களில் இருந்து பெறப்படுகின்றன. சிமிட்டியோ, சுண்ணாம்பு கற்களில் இருந்து உற்பத்தி செய்யப்படுகின்றது. வலுவூட்டபட்ட கற்காரை, உலோக சாளரங்கள் ஆகியவற்றிற்குத் தேவைப்படும் பொருட்கள் சுரங்கங்களில் இருந்தோ, மலைகளை அழித்தோ பெறப்படுகின்றன. காடுகளை மீண்டும் புனரமைக்க முடியும்; ஆனால் மலைகளை மீண்டும் உருவாக்க முடியாது.

கற்காரை மற்றும் எஃகு போன்ற பொருட்களைக் கொண்டு கட்டுவதால், நீங்கள் உயர்ந்தவர் என்று எண்ண வேண்டாம். நவீனம் என்று கருதப்படும் இப்பொருட்களைக் காட்டிலும், மரம் எப்பொழுதும் சிறந்ததாகவே இருக்கும்.

வரைபடத்தில் சராசரியான ஒரு கூரை காண்பிக்கப்பட்டு உள்ளது. முதலில், சுவர்களில் கடைசி வரியாக பெரிய கருங்கற்களை வைக்க வேண்டும். இதன் பிறகே சுவர்களுக்குக் குறுக்காக பெரிய முழு மரத் தண்டுகளை வைக்க வேண்டும்.

இதற்குப் பின், பைன் மரத்தை தகடுகளாகப் பிளந்து, அவற்றை மரத் தண்டுகளுக்கு இடையே, கூரையை முழுமையாக மூடும் வகையில் பொருத்த வேண்டும். கடைசியாக, பைன் தகடுகளுக்கு மேல், மண் சாந்தை (mud mortar) இட்டு, அதற்கு மேல் கருங்கல் ஓடுகளைப் பொருத்த வேண்டும். கருங்கல் ஓடுகளின் அளவும், எடையும் ஒவ்வொரு இடத்துக்கும் மாறும். இம்மாதிரியான கூரை, நீர்க்கசிவை தடுப்பது மட்டுமல்லாமல், வெளிப்புறச் சூட்டினை தடுக்கவும் உதவும்.

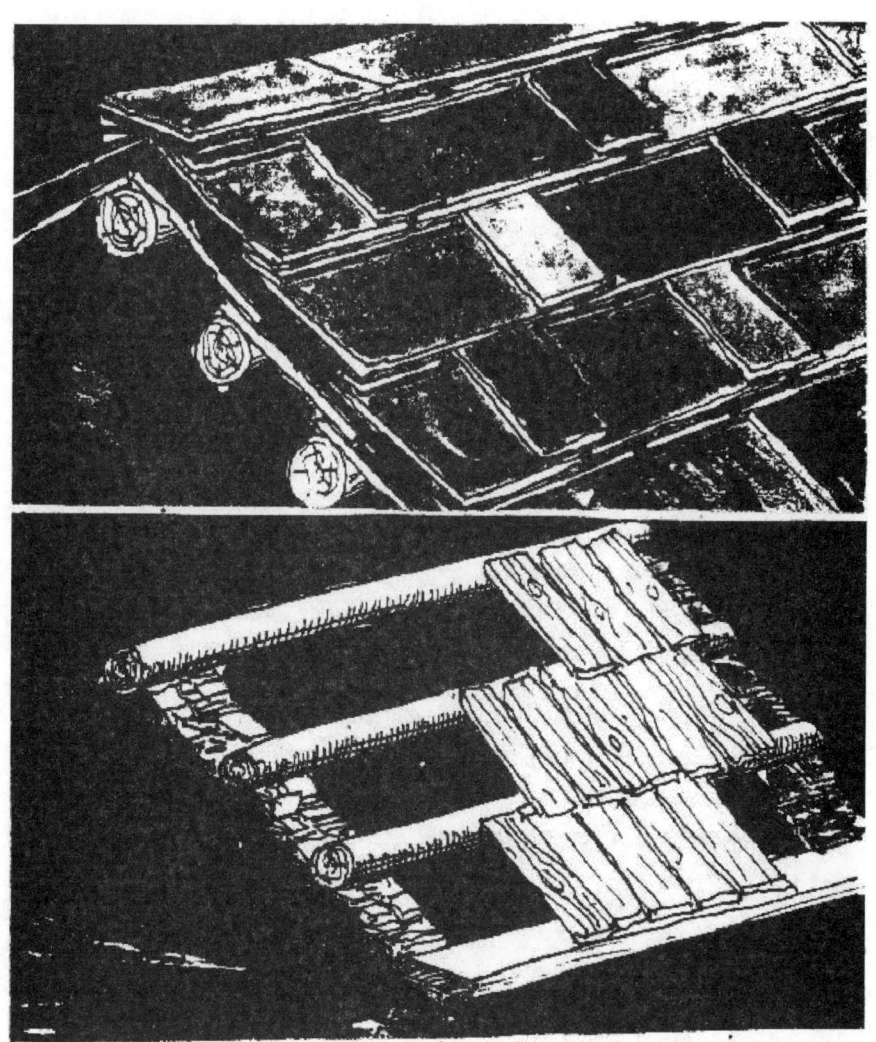

இந்த மரத் தண்டுகள் அதிக எடை கொண்டவை. வட்ட வடிவில் குறுக்கு வசம் கொண்ட மரத் தண்டும், அதே தடிமனைக் கொண்ட செவ்வக வடிவத்தில் குறுக்கு வசம் கொண்ட ஒரு மரத் தண்டும், ஒரே வலிமையை தான் கொண்டு இருக்கும். ஒரு வட்ட வடிவ மரத் தண்டை இழைத்து, செவ்வக வடிவமாக ஆக்கினால், அதன் அகலம் 2” முதல் 2.5” வரை குறைந்து எடையும் குறையுமே தவிர, அதன் வலிமை எந்த விதத்திலும் குறையாது.

இதைப்போல மீட்டெடுக்கப்பட்ட அனைத்து மரங்களையும் இழைத்து பயன்படுத்தினால், நிலநடுக்கத்தால் இடிந்த ஒரு கட்டடத்தை விட, ஒரு பெரிய கட்டடம் கட்டும் அளவுக்கு உங்களிடம் மரச்சட்டங்கள் இருக்கும்.

கூரை இடிந்து விழும்போது தரைகளில் சேதம் ஏற்படுகிறது. இதனைத் தடுக்க மரத்தினால் ஆன தரையினை அமைக்கலாம். முழு மரத் தண்டுகளை இழைப்பதனால் எஞ்சும் மரத் துண்டுகளை தரைகளுக்குப் பயன்படுத்தலாம்.

6½" x 2½"
6½" x 2½"
4½ x 1½"
4½ x 1½"
20cm Diam
8" x 3"
OR
6" x 2"
6" x 2"

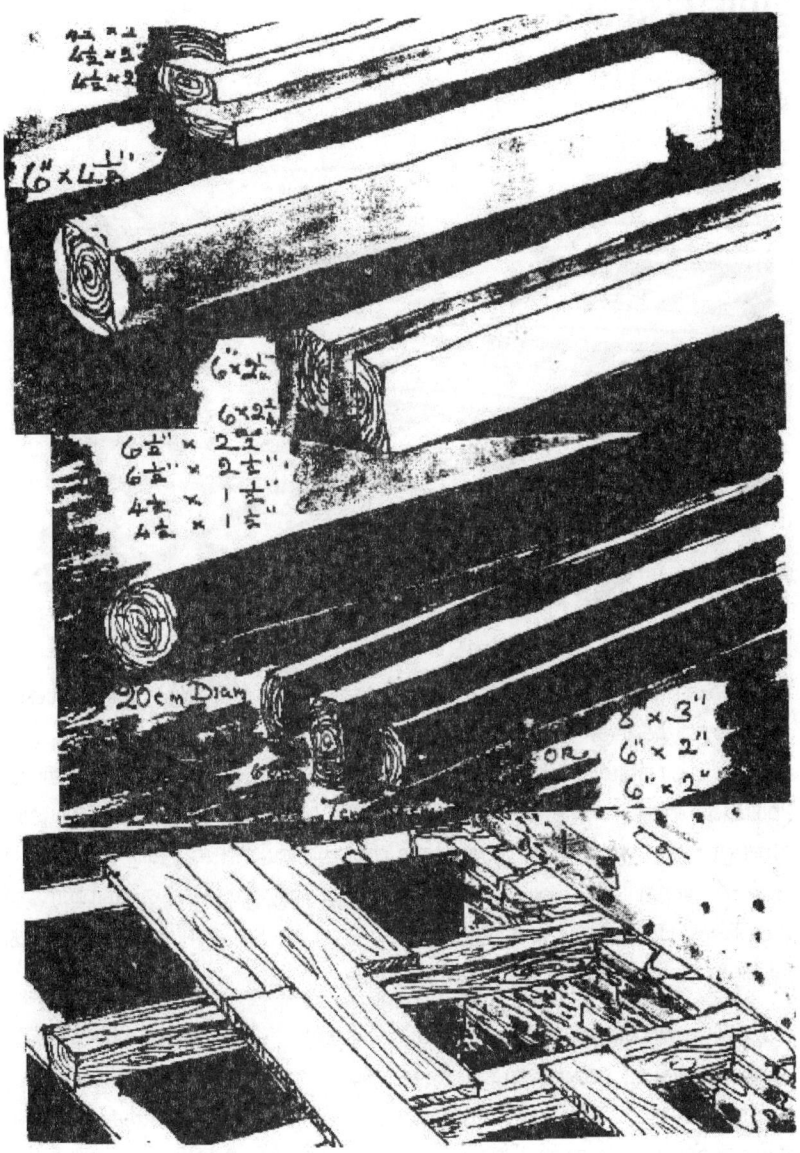

மூங்கில்கள்

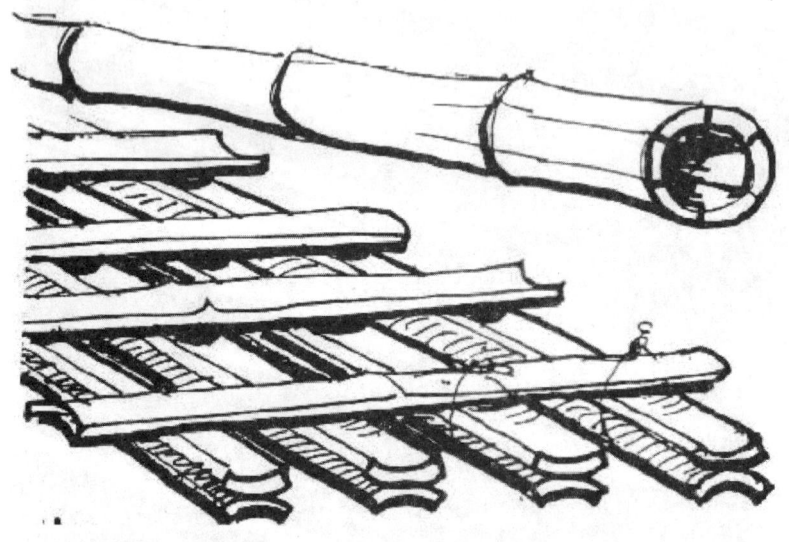

மூங்கில்களில் பலவகைகள் உள்ளன. சில வகை மூங்கில்கள் கட்டுமானத்திற்கு ஏற்ற வகையில் வலுவாகவும், நீடித்து நிலைப்பதாகவும் இருக்கும். ஒரு நல்ல முதிர்ந்த கட்டுமான மூங்கிலானது எஃகுக்கு நிகரான இழுவிசை வலுவை (tensile strength) கொண்டதாக இருக்கும் என ஆராய்ச்சி கூறுகிறது. மேலே உள்ள வரைபடம், மூங்கிலை எவ்வாறு வலுவூட்டிய கற்காரையில் கம்பிக்கு பதிலாக பயன்படுத்தலாம் என்பதைக் காட்டுகிறது. இது பெருமளவில் செலவைக் குறைக்கும்.

மலை அடிவாரங்களில், கருங்கற்கள் குறைவாகவும் மண் அதிகமாகவும் கிடைக்கும். எனவே, நீங்கள் மூங்கில்களால் வலுவூட்டப்பட்ட மண்-சுண்ணாம்பு-கருங்கல் (வேண்டுமானால் கற்காரையும்) கொண்ட கடைக்கால்களைப் (foundation) பயன்படுத்த வேண்டும்.

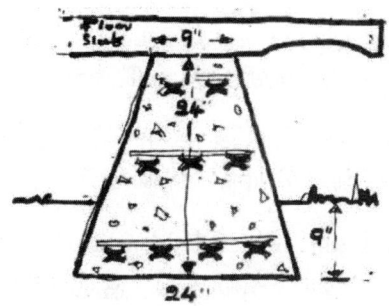

கரிசல் மண், மணல் போன்ற மென்மையான மண் வகைகளில், மிதவை கடைக்கால்களைப் பயன்படுத்தலாம் (floating foundation). இவை காலப் போக்கில் மேல் உள்ள சுவர்களில் விரிசல் விடாமல், ஓர் இரண்டுமாடிக் கட்டடத்தின் எடையைத் தாங்கக் கூடியதாக இருக்கும்.

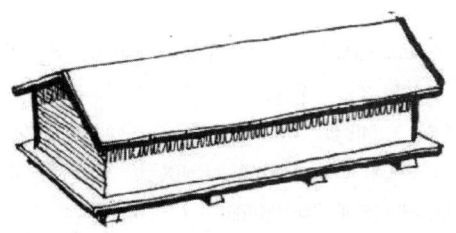

வலுவூட்டத்திற்கு மூங்கில் ஒரு சிறந்த பொருள் ஆகும். TMT கம்பிகளுக்கு நிகரான இழுவிசை வலுவைக் கொண்டு இருந்தாலும், மூங்கில்கள் துரு பிடிக்காது என்பதால் கடலோரப் பகுதிகளில் எவ்வித அச்சமும் இல்லாமல் இவற்றைப் பயன்படுத்தலாம்.

நிலநடுக்கம் ஏற்படும் பகுதிகளில், சில எளிமையான செயல்முறைகளை நாம் உறுதி செய்ய வேண்டும்.

1. பேரழிவிற்குப் பின்னர், இடத்தை முதலில் சுத்தம் செய்து, மீள் பயன்படுத்தக் கூடியப் பொருட்களை கண்டறிய வேண்டும்.

2. பேரழிவிற்குப் பின்னர், கட்டடத்தின் அடிப்பீடம் (plinth/basement) எந்த அளவு சேதம் அடைந்து இருக்கின்றது என்பதைக் கண்டறிந்து, அதை அப்படியே பயன்படுத்துவதா அல்லது மறுகட்டமைப்பு செய்வதா என்பதை முடிவு செய்ய வேண்டும்.

3. எல்லா கொத்தனார்களுக்கும் பிணைப்புப் பற்றிய புரிதலை ஏற்படுத்த வேண்டும். இதை நாம் வகுப்பறையில் கற்பிக்காமல், மனை இடத்திலேயே கற்பிக்க வேண்டும்.

4. சேதமடைந்த கட்டடங்களில், பெரும்பாலும் தேவைக்கு அதிகமான அளவிலேயே மரங்கள் பயன்படுத்தப்பட்டு இருக்கும். முந்தைய பக்கங்களில் விளக்கியதைப் போல, முழு மரத் தண்டுகளை, வலு குறையாத விதத்தில் 2-3 சட்டங்களாக பிரித்து, புது கட்டடத்தின் பல்வேறு பகுதிகளில் பயன்படுத்தலாம்.

5. பழையக் கட்டடத்தின் கூரையிலிருந்து, மீட்டெடுக்கப்படும் மரங்களில் இருந்து, ஒரு புதுக் கூரையை அமைப்பதற்கு மட்டுமல்லாமல், அந்த கூரைக்கான ஒரு முக்கோண வடிவ சட்டகக் கட்டமைப்பை அமைப்பதற்கும் போதுமான அளவு மரம் இருக்கும். (பக்கங்கள் 75 மற்றும் 77-ஐ பார்க்கவும்)

6. மலை அடிவாரங்களில் இருந்து வரும் கொத்தனார்கள் மலைப் பகுதிகளுக்கான கட்டுமான நுட்பங்களைப் பற்றி அறிந்து இருக்க மாட்டார்கள் என்பதால், அவர்களிடம் சற்று கவனமாக இருக்க வேண்டும்.

மனை இடங்கள் (SITES)

மலைகளின் சரிவுகளில், படிகளைப் போன்று ஆங்காகே இருக்கும், சமமான பகுதிகள் மட்டுமே நமக்கு கிடைக்கக் கூடிய மனை இடங்களாக இருக்கும்.

இப்பகுதிகள் கட்டடங்கள் கட்டும் அளவிற்கு, போதுமான அகலம் கொண்டவையாய் இருக்கும்; இல்லையெனில், மிகவும் குறைவான அளவு மண்ணையே வெட்ட வேண்டி இருக்கும்.

ஆனால், அகலம் அதிகம் கொண்ட, இம்மாதிரியான சமமான பகுதிகளை விவசாயத்திற்கே பயன்படுத்துவது வழக்கம். இதனால் கட்டடங்களுக்கோ அகலம் குறைந்த இடங்களைப் பயன்படுத்தி, அகலத்தைக் கூட்ட, அவற்றின் பின்புறத்தில் இருக்கும் மண்ணை பெருமளவில் வெட்டி, வெட்டிய மண்ணை முன்புறத்தில் நிரப்பி, அதன் மேல் கட்டடங்களைக் கட்டுகிறார்கள்.

இந்த மாதிரி கட்டப்பட்ட வீடுகளின் பின் சுவர்கள் கடினமான மண்ணிலும், முன் சுவர்கள் நிரப்பப்பட்ட தளர்வான மண்ணிலும் இருக்கும்.

இம்மாதிரி கட்டப்பட்டதால் நிலநடுக்கம் ஏற்படாமலேயே வரும் பின்விளைவு தான் இது.

இதனால் தான் நம் முன்னோர்கள் சமமாக இருக்கும் ஒரு படியை மட்டும் பயன்படுத்தாமல், படத்தில் உள்ளவாறு கொஞ்சம் மண்ணை வெட்டியப் பிறகு கிடைக்கும், கீழுள்ள மற்றொரு படியையும் சேர்த்துப் பயன்படுத்துவார்கள். இவ்வாறு செய்வதால் கீழ் இடத்தில் உள்ள சிறிய அறையை கால்நடைக் கொட்டகையாகவும், சேகரமாகவும் (storage area) பயன்படுத்தலாம். மேல் தளத்தில் இருக்கும் பெரிய அறையை மக்களின் வாழ்விடமாகப் பயன்படுத்தலாம். கீழ் தளத்தில் உள்ள தோண்டப்பட்ட மண் கடினமாக இருப்பதால் கால்நடைகளை பராமரிக்கவும், வேலை செய்யவும் இது ஒரு நல்ல தளமாக அமைந்து இருக்கும்.

சரிவான மலைப்பகுதிகளை வெட்டி நிரப்புவது கடினமாகவும், வேலை அதிகமாகவும் இருக்கும். அம்மாதிரியான பகுதிகளில் அதிகம் வெட்டி நிரப்பாமல், படத்தில் உள்ளது போன்ற ஒரு வீட்டை நீங்கள் கட்ட முயற்சிக்கலாம். இந்த மாதிரி பல தளங்கள் கொண்ட, படிமுறையில் கட்டப்பட்ட வீடுகள், அப்பகுதிகளுக்கு ஏற்றதாகவும் இருக்கும். ஏனென்றால், பெரும்பாலும் ஒரே குடும்பத்தை சார்ந்த சகோதர சகோதரிகளின் குடும்பங்களே இம்மாதிரியான அடுத்தடுத்த வீடுகளில் வசிக்கும். ஒரு வீட்டின் வெவ்வேறு தளங்களில் வெவ்வேறு குடும்பங்கள் வசித்தாலும், இவ்வகை வீடு ஒரே கூரையைத் தான் கொண்டிருக்கும்.

சேதமடைந்த வீடுகளை அதே மனை இடத்தில் மறுகட்டமைப்பு செய்ய வேண்டிய தருவாயில், மனை இடத்தின் சரிவையோ அல்லது நீர் விநியோகம் போன்ற வசதிகளையோ நம்மால் மாற்ற முடியாது.

எனினும், ஒரே குடும்பத்தை சேர்ந்தவர்களுக்காக பல வீடுகளை ஒரே சமயத்தில் மறுகட்டமைப்பு செய்யும்போது, ஒரு சில மாற்றங்கள் கொண்டே, முன்பு இருந்த வீடுகளைக் காட்டிலும் மேம்பட்ட வீடுகளைக் கட்டலாம். அவற்றின் அறைகளின் இடங்களை மாற்றியோ அல்லது கட்டுமான பொருட்களை மாற்று முறைகளில் பயன்படுத்தியோ, இம்மாதிரியான சிறு சிறு மாற்றங்களைக் கொண்டு, இனி வரப்போகும் நிலநடுக்கங்களில் இருந்து பெரியளவில் சேதாரத்தைத் தவிர்க்கலாம்.

ஒரு வீட்டினை சீரமைக்கும் போது, அதன் நீர் சேமிப்பில் இருக்கும் சிக்கல்களை, ஓரளவுக்கு சரிசெய்ய நமக்கு ஒரு வாய்ப்பு கிடைக்கிறது.

கீழ்த்தளத்தில் உள்ள அறைகளில் சாளரங்கள் இருக்காது. சுவர்கள் மிக கனமாக இருக்கும். படத்தில் உள்ளவாறு, சுவர்கள் மூலம் கீழ்த்தளத்தை மூன்று பகுதிகளாகப் பிரித்து, ஒரு பகுதியை கால்நடைகளுக்காகவும், மற்றொரு பகுதியை ஒரு பெரிய நீர்த் தொட்டிக்காகவும், எஞ்சி இருக்கும் பகுதியை சேகரமாகவும் பயன்படுத்தலாம்.

கூரையில் இருந்து வடியும் மழை நீரை, வடிகால்கள் மற்றும் குழாய்கள் (gutters & pipes) மூலம் நீர்த்தொட்டிக்குள் திருப்பிவிட்டால், மழையில்லா காலத்தில் அந்த நீரைப் பயன்படுத்தலாம்.

1 வாழ்வறை 2 சமையல் அறை 3 படுக்கை அறை

4 கால்நடைக்கொட்டகை 5 சேகரம் 6 தண்ணீர் தொட்டி

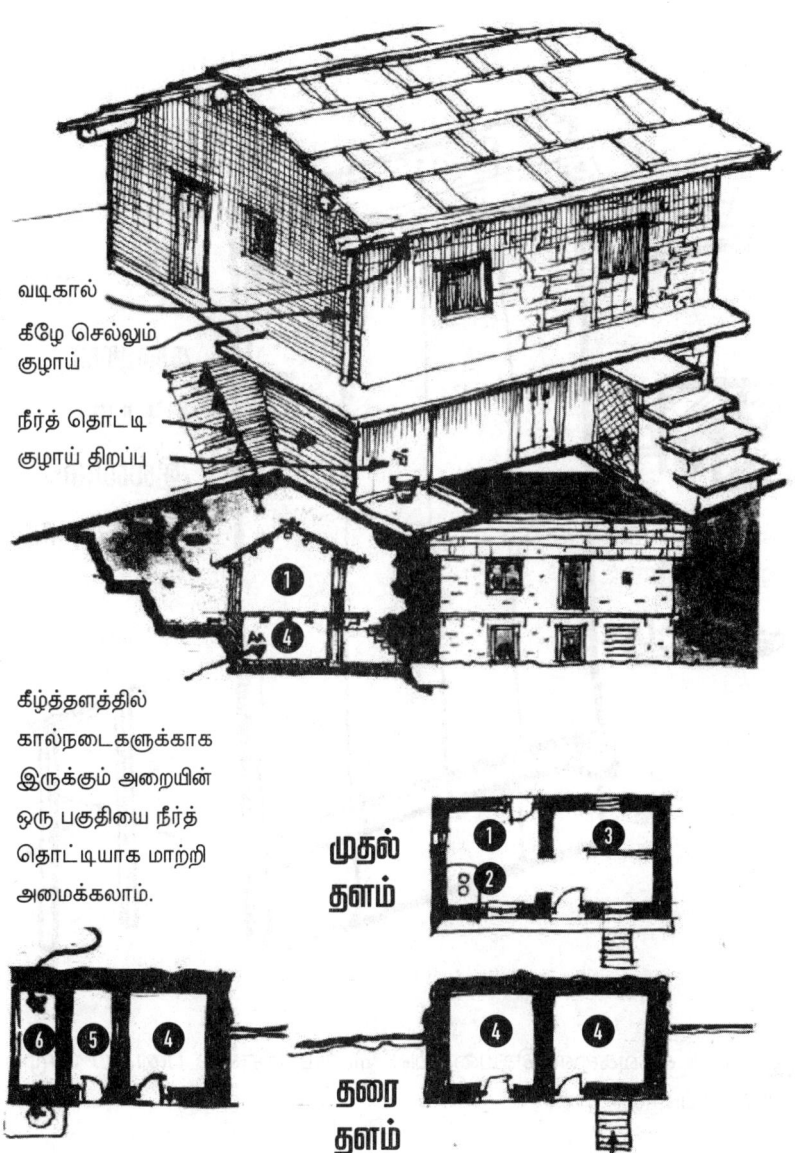

வடிகால்
கீழே செல்லும்
குழாய்

நீர்த் தொட்டி
குழாய் திறப்பு

கீழ்த்தளத்தில் கால்நடைகளுக்காக இருக்கும் அறையின் ஒரு பகுதியை நீர்த் தொட்டியாக மாற்றி அமைக்கலாம்.

முதல் தளம்

தரை தளம்

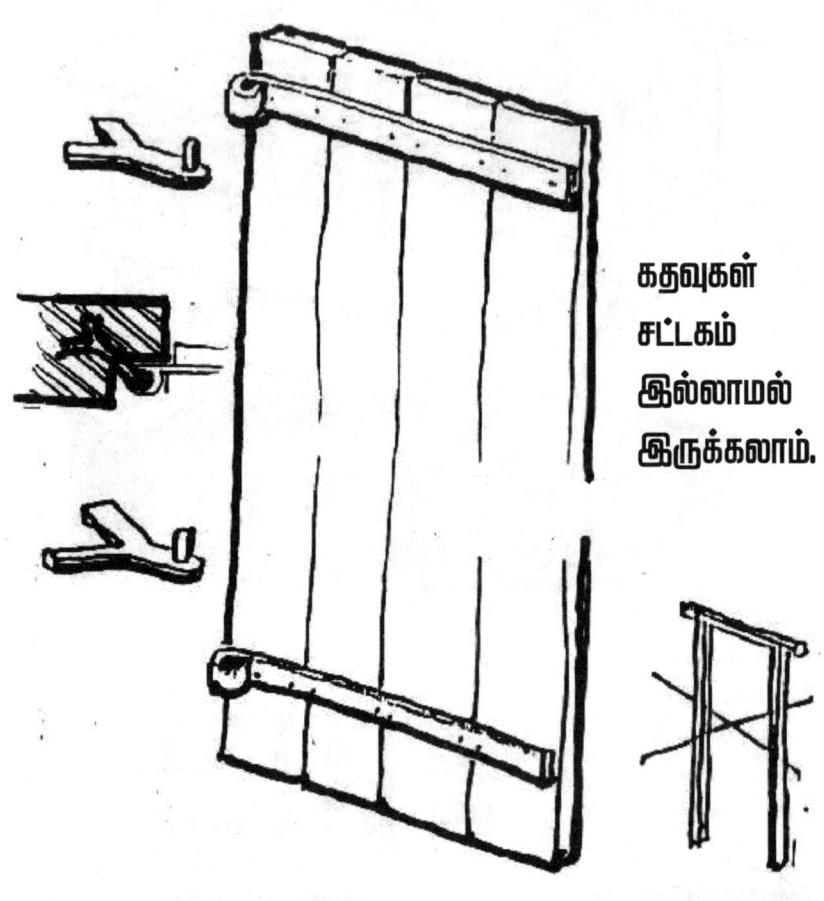

கதவுகள் சட்டகம் இல்லாமல் இருக்கலாம்.

இவ்வாறு கதவுகளை செய்கையில் பெரிய அளவில் பணமும் மரமும் சேமிக்கப்படுகின்றன.

புறத்தோற்றம்

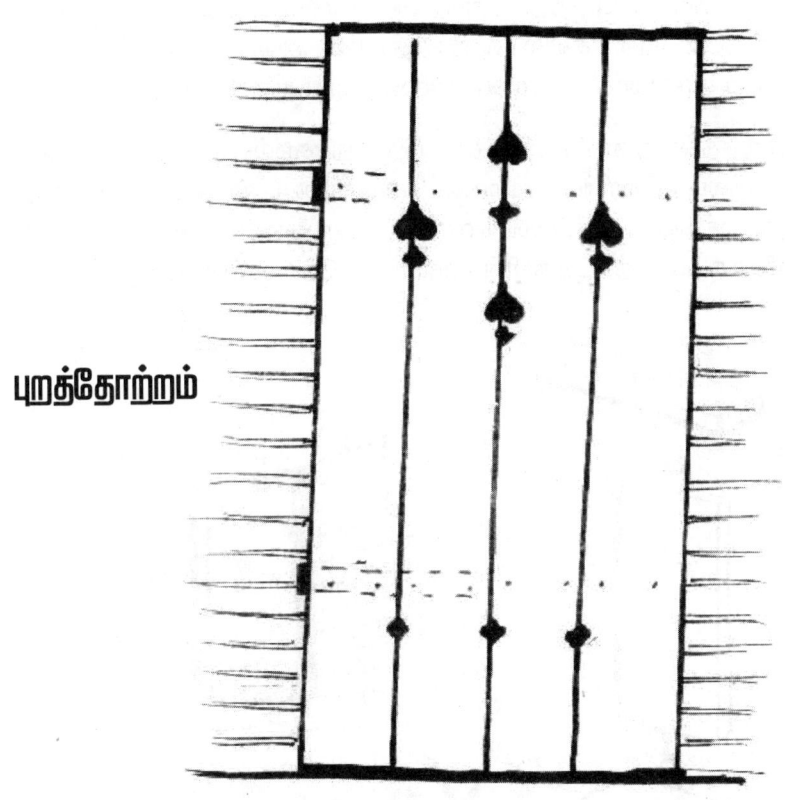

பலகைகளை மாட்டுவதற்கு முன்பே, அலங்காரத்திற்காக ஒரு சில துளைகளை அவற்றில் இருந்து வெட்டியெடுக்கலாம்.

இதோ ஒரு எளிமையான மலிவான சாளரம்

ஒரு 9" அகலமான பலகையின் மேற்புறத்திலும், கீழ்புறத்திலும் நீட்டிப்புகள் கொடுத்து, அவற்றை மேலும் கீழும் உள்ள மரப் பலகையின் துளைகளில் பொருத்தினால், அதை ஒரு எளிமையான சுழலும் சாளரமாகப் (pivoted window) பயன்படுத்தலாம்.

சாளரத்தின் திரை மையத்தில் இருந்து சுழல்வதால், சாளரத்தின் 9" அகலம் (திரையின் தடிமனை சேர்க்காமல்) இரண்டாகப் பிரிந்து, இருபுறத்திலும் 4" இடைவெளியே இருக்கும். இதனால் நமக்கு உலோக வலைத்தட்டிகளின் (metal grill) தேவை இருக்காது.

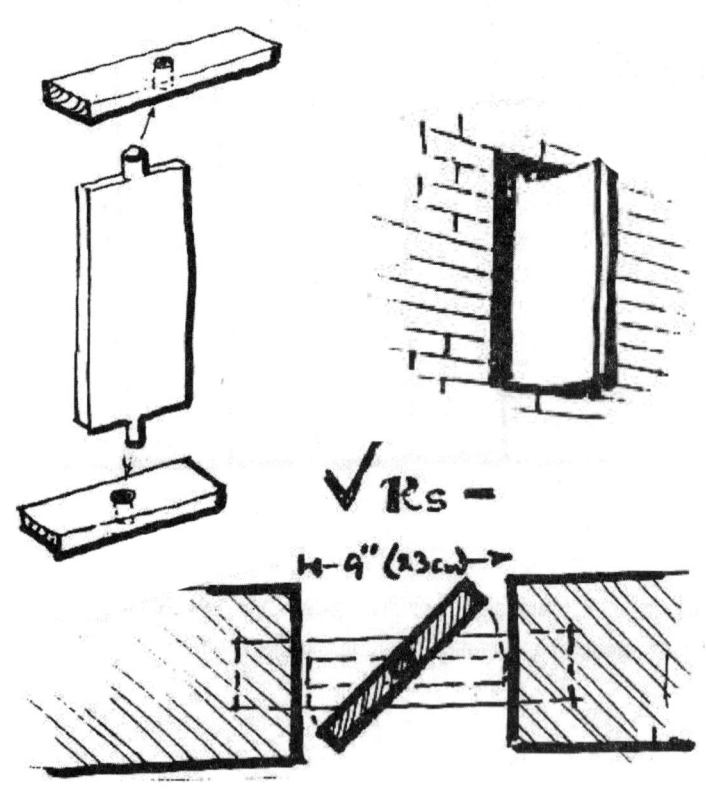

சாளரங்கள் மிகவும் விலை உயர்ந்தவை ஆகும். பாதுகாப்பிற்காக அவற்றில் உலோக வலைத்தட்டிகள் பொருத்துவது வழக்கம். அவற்றின் விலையும் அதிகம்.

சாளரங்களுக்கு சட்டகங்கள் வைப்பதற்கு பதிலாக, செங்கல் சுவர்களிலேயே சிறிய குழிவுகளை அமைத்து, நேரடியாக சாளரத் திரைகளை அவற்றுள் பொருத்தலாம்.

முற்றங்களை நோக்கும் திறப்புகளுக்கு சாளரங்கள் தேவையில்லை.

இவை அனைத்தைக் காட்டிலும் செங்கல் ஜாலிகளே மலிவானதும் சிறந்ததும் ஆகும்.

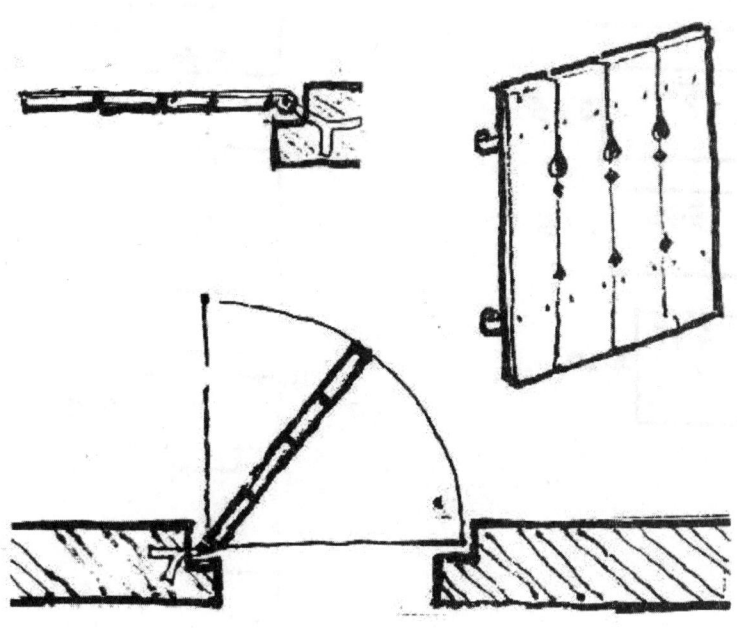

ஒரு வேலை ஏதோ ஒரு காரணத்திற்காக, குறிப்பிட்ட ஒரு பரப்பளவிலேயே, வீட்டைக் கட்ட வேண்டும் என்றால்— உதாரணத்திற்கு 20 சதுர மீட்டர் பரப்பளவில்—அது ஒரு குறிப்பிட்ட வடிவத்தில் தான் இருக்க வேண்டும் என்ற தேவையில்லை. உங்கள் மனை இடத்துக்கு பொருந்துமானால், கீழ் காண்பித்துள்ள அனைத்து வடிவங்களிலும் அளவுகளிலும் உங்கள் வீட்டினைக் கட்டலாம். இவை அனைத்தும் ஏறத்தாழ 20 சதுர மீட்டர் பரப்பளவைக் கொண்டதாக வடிவமைக்கப் பட்டுள்ளன.

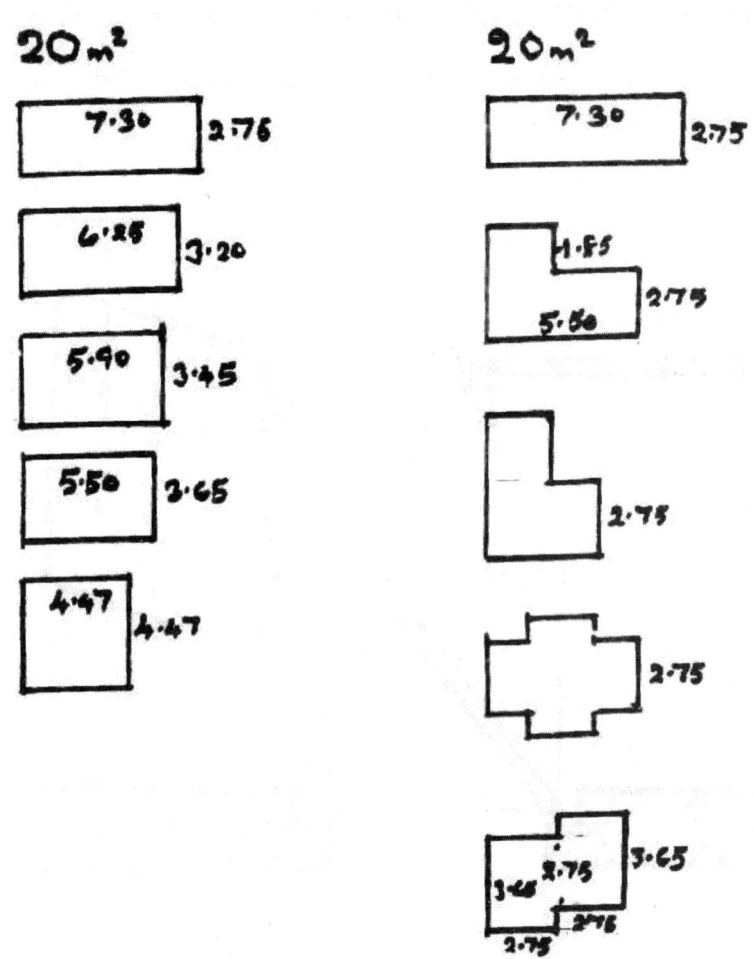

கீழ் காண்பித்துள்ள அனைத்து திட்டப்படங்களும் ஏறத்தாழ 30 சதுர மீட்டர் பரப்பளவு கொண்டவையே.

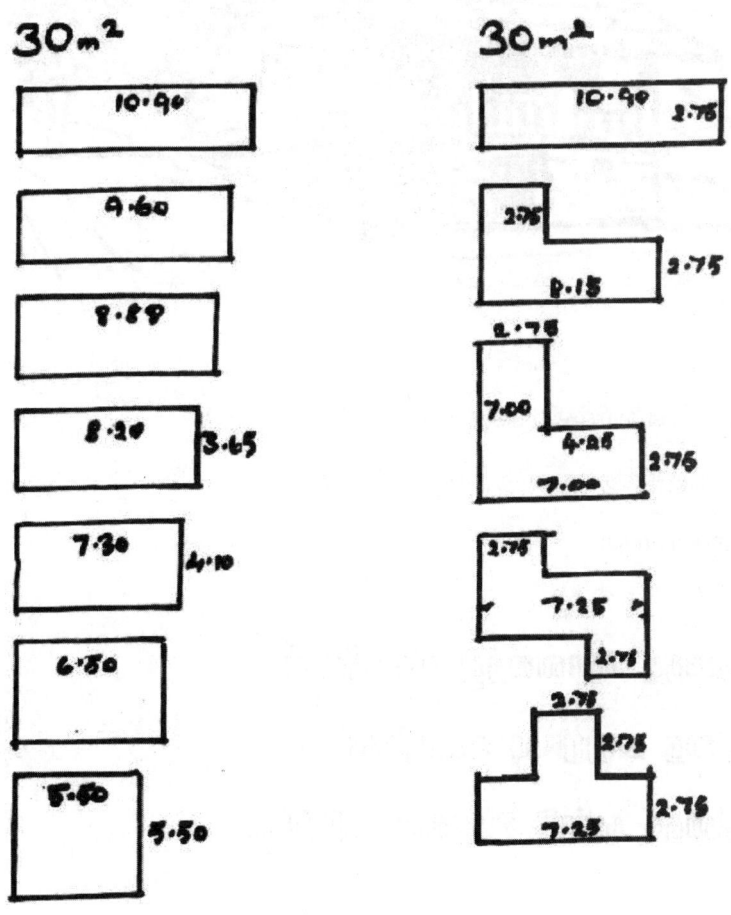

இமயமலையில் இருக்கும் இந்த வீடு,
இப்பகுதிக்கு உகந்த அருமையான
ஒரு வீடாகும்.

இதைத் தொலைத்து விடாதீர்கள்!
இதை மாற்றியும் விடாதீர்கள்!
இதைக் கண்டு பெருமைப் படுங்கள்!

அறிவுக்கரசி மணிவண்ணன்
தமிழாக்கம்

கட்டடக்கலைஞர். கவிதாயினி. துளிரும் மொழிபெயர்ப்பாளர். எழுத்தில் மாய வித்தைகளை அவ்வப்போது வெளிப்படுத்தும் வித்தைக்காரர். தனது எழுதுகோலில் இருந்து சொற்களை சரளமான வரிகளாய்க் கோர்க்கும் பல்திறன் வாய்ந்த எழுத்தாளர்.

பரத் ராஜு
தமிழாக்கம்

கட்டடப் பொறியாளர். கலைகளிலும், தொழிநுட்பங்களிலும் ஆர்வம் கொண்ட இவர், கண்ணில் தென்படுவதைக் கொண்டு தனது கைகளால் வியப்பூட்டும் பொருட்கள் செய்பவர். மரபுக் கட்டுமானக் கலையில் அதிக ஆர்வம் கொண்டவர்.

ச. மணிவண்ணன்
மெய்ப்புப் பார்த்தல்

பொறியாளர் (பணி ஓய்வு), பெல் நிறுவனம், திருச்சி. தமிழ்ப் பற்றாளர். பேச்சாளர் மற்றும் எழுத்தாளர். நேர்மறை சிந்தனையாளர். அகவை அறுபதிலும் அயராது பயணிக்கும் இவர், தன் வசம் வரும் புதிய கருத்துகளையும், கொள்கைகளையும் ஆதரித்து வருபவர்.

சாருஹாசன்
புத்தக வடிவமைப்பு

கட்டடக்கலைஞர். மாவிலைக் குழுவின் விகடகவி. குழு உரையாடல்களை தன் நயத்தால் லேசாக்கும் வேடிக்கையான நபர். சாதாரண விஷயங்களை தன் வடிவமைப்பின் மூலம் அசாதாரணமாக்கும் திறன்மிகு வடிவமைப்பாளர்.

கௌஷிக் ஸ்ரீநிவாஸ்
ஒருங்கிணைப்பு

கட்டடக்கலைஞர். கவிதாயினி. கலையின் பல்வேறு ஊடகங்களை பதம் பார்க்க விரும்பும் இவரை, மாவிலையின் பல்திறன் படைத்த குயில் எனலாம். பயணிப்பதும், படம் பிடிப்பதும், அழகான தமிழில் கவிதைகள் எழுதுவதும் இவருக்கு கை வந்த கலையாகும்.

ஆசிரியர் லாரி பேக்கர்

லாரி பேக்கர் எனும் லாரன்ஸ் வில்ஃப்ரட் பேக்கர் ஒரு கட்டடக்கலைஞர், வரிவடிவக் கலைஞர் மற்றும் மனிதநேயவாதி ஆவார். மகாத்மா காந்தியை சந்தித்த பிறகு, அவர் கொள்கைகளால் பெரிதும் ஈர்க்கப்பட்ட லாரி பேக்கர், இந்தியாவிலேயே நிரந்தரமாக வசித்து பணிபுரிய துவங்கினார். 1970-களில் இருந்து, வளங்குன்றா மற்றும் பயன்செலவுக் கட்டடங்களை லாரி பேக்கர் கேரளாவில் கட்டி வந்தார். கேரளாவின் மறைந்த முன்னாள் முதலமைச்சரான C. அச்சுதா மேனன், பொருளாதார நிபுணரான K.N. ராஜ் மற்றும் லாரி பேக்கர் ஆகிய மூவரும் இணைந்து COSTFORD (Centre of Science and Technology for Rural Development) எனும் அமைப்பினை 1985-ல் நிறுவினர். அனைவருக்கும் வீட்டு வசதி வேண்டும் என்ற தனது கருத்தைக் கொண்டு, எளிய வீடுகள் அமைப்பதைப் பற்றி பல நூல்களை படைத்தார் லாரி பேக்கர். 2007-ஆம் ஆண்டில் மறைந்த லாரி பேக்கர், இறுதிவரை ஒரு எளிமையான வாழ்க்கையையே வாழ்ந்து வந்தார். இந்நாள் வரை லாரி பேக்கர் விட்டுச் சென்ற மரபை, செயல்முறை வழியில் COSTFORD அமைப்பும், கல்வி வழியில் LBC அமைப்பும் (Laurie Baker Centre for Habitat Studies) தலைமுறை தலைமுறையாக நிலைநாட்டி வருகின்றனர்.